AF756636

എം.ശ്രീഹർഷൻ

കോഴിക്കോട് ജില്ലയിലെ കൊയിലാണ്ടിക്കടുത്ത് അരിക്കുളം സ്വദേശി. ജനനം : 1962. പിതാവ് : എ.പി. കരുണാകരൻ കിടാവ്, മാതാവ് : കെ.പി. മാധവി അമ്മ.

മുപ്പത്തെട്ടു വർഷം അധ്യാപകനായി ജോലിചെയ്തു. സംസ്ഥാന പാഠപുസ്തകസമിതിയിൽ അംഗമായിരുന്നിട്ടുണ്ട്. എസ്.സി.ഇ.ആർ.ടി, ഡയറ്റ്, സർവശിക്ഷാ അഭിയാൻ തുടങ്ങിയവയുടെ വിവിധ പ്രസിദ്ധീകരണങ്ങളുടെ പത്രാധിപസമിതിയിലും അധ്യാപകപരിശീലനത്തിനുള്ള സ്റ്റേറ്റ് റിസോഴ്സ് ഗ്രൂപ്പിലും അംഗമായിരുന്നു.'വാർത്തികം' മാസികയുടെ മാനേജിങ് എഡിറ്ററായും പ്രവർത്തിച്ചു.

ചെറുകഥ, ലേഖനം, യാത്രാവിവരണം, തിരക്കഥ, ഫീച്ചർ എന്നിവ എഴുതാറുണ്ട്. ചിത്രകാരനാണ്. ഗ്രാഫിക് ഡിസൈനിങ്, ലേ-ഔട്ട് എന്നിവയും ചെയ്യുന്നു. മികച്ച അധ്യാപകനുള്ള കെ.ശിവരാമൻ സ്മാരക പുരസ്കാരം (2019) ലഭിച്ചു.

വിലാസം :

ശ്രീപുരം, അരിക്കുളം, കൊയിലാണ്ടി 673620.
ഫോൺ : 6282055183
ഇ-മെയിൽ : msreeharshan@gmail.com

Malayalam Language
Kalingahrudayathiloode
(Travalogue)
by
M. Sreeharshan

♦

Published in August 2021
2nd impression May 2023
by Kairali Books Private Limited
Thalikkavu Road, Kannur.
Ph : 0497-2761200
Email : kairalibooksknr@gmail.com

♦

Cover & Layout
M. Sreeharshan

♦

Printed at
Printing Park, Tly

Price ₹ : 200.00
21/21-22/Sl.No.1212/300/NS 18.6
ISBN 978-93-49726-69-7

കലിംഗഹൃദയത്തിലൂടെ

എം. ശ്രീഹർഷൻ

കൈരളി ബുക്സ്

ചരൈവേതി

പി.ആർ.നാഥൻ

സാധാരണ യാത്രാവിവരണങ്ങളെ അപേക്ഷിച്ച് ഈ കൃതിക്ക് ഒരു പ്രത്യേകത അവകാശപ്പെടാനുണ്ട്. പൊതുവെ ചെറുകഥയുടെ ശൈലിയാണ് ഇതിൽ അവലംബിച്ചിരിക്കുന്നത്. അതിനാൽ കലിംഗനാട്ടിലൂടെയുള്ള ഈ യാത്രയിൽ വായനക്കാരും കൂടെ സഞ്ചരിക്കും.

എം. ശ്രീഹർഷൻ എന്റെ അടുത്ത സുഹൃത്താണ്. ഞങ്ങൾ എത്രയോ തവണ വേദികൾ പങ്കിട്ടിട്ടുണ്ട്. സാംസ്കാരികരംഗത്ത് പ്രവർത്തിക്കുന്നവർക്ക് ഇദ്ദേഹം സുപരിചിതനാണ്. നല്ല പ്രഭാഷകൻ, കഥാകൃത്ത്, ചിത്രകാരൻ, അധ്യാപകൻ, പത്രാധിപർ എന്നീ നിലകളിൽ ശ്രദ്ധേയൻ. ഇത്തരമൊരു വ്യക്തിക്ക് യാത്രയിൽ താല്പര്യം തോന്നിയതിൽ അദ്ഭുതമില്ല. അതിന്റെ നിദർശനമത്രേ 'കലിംഗഹൃദയത്തിലൂടെ' എന്ന ഈ കൃതി.

ഓരോ അധ്യായത്തിലും യാത്രക്കിടയിൽ താൻ കണ്ടുമുട്ടിയ മനുഷ്യരെക്കുറിച്ച് അദ്ദേഹം വർണിക്കുന്നു. സ്ഥലപുരാണത്തോടൊപ്പം മനുഷ്യർക്കും പ്രാധാന്യമുണ്ടിതിൽ. എല്ലാവർക്കും ഓരോരോ കഥകൾ പറയാനുണ്ട്.

പുരിയിൽനിന്നാണ് ആരംഭം. ഭാരതത്തെ സംബന്ധിച്ചിടത്തോളം ഏറ്റവും പുണ്യപുരാതന നഗരമാണ് പുരി. അവിടത്തെ ക്ഷേത്രങ്ങളും ഉത്സവങ്ങളുമെല്ലാം ലോകപ്രസിദ്ധമാണ്. 'അയാൾക്ക് നിഴലുണ്ടായിരുന്നില്ല' എന്ന തലക്കെട്ടിലുള്ള അധ്യായത്തിൽ പുതുമയുള്ള ഏതാനും കാര്യങ്ങൾ ശ്രീഹർഷൻ പറയുന്നു. അത് ഒരു അവധൂതന്റെ കഥ കൂടിയാണ്. നമ്മുടെ അടിസ്ഥാനസംസ്കാരം അവധൂതരുമായി വളരെയധികം ബന്ധപ്പെട്ടിരിക്കുന്നുണ്ടല്ലോ. ഇന്നും നാം അവരെ ആദരിക്കുന്നുണ്ട്.

'ഗോവർധന്റെ കുഞ്ഞുങ്ങൾ' എന്ന അധ്യായവും വായനാസുഖം തരുന്നുണ്ട്. പുരിബീച്ചിനെക്കുറിച്ചുള്ള വർണനയും നന്നായി. 'കല്ലുകൊണ്ടെഴുതിയ ആദിത്യഹൃദയ'ത്തിലേക്ക് കടന്നതോടെ ഗ്രന്ഥകാരൻ തത്ത്വചിന്തയുടെ ഉയരങ്ങളിലേക്ക് നമ്മെ കൂട്ടിക്കൊണ്ടുപോകുന്നു. ധൗളിയിലെ ശാന്തിസ്തൂപവിവരണവും ചിന്തോദ്ദീപകമാണ്. കുമാരി പർവതക്കാഴ്ചകൾ അദ്ദേഹത്തോടൊപ്പം നമുക്കും കാണാം. അനുഭവിക്കാം.

മുക്തേശ്വർ ക്ഷേത്രം, ലിംഗരാജേശ്വരക്ഷേത്രം എന്നിവയെക്കുറിച്ചുള്ള വിവരണവും മികച്ചതാണ്. ക്ഷേത്രങ്ങളുടെ നഗരമാണ് ഭുവനേശ്വർ. ഈ ലേഖകനും ആ നഗരത്തെക്കുറിച്ച് ധാരാളം പറയാനുണ്ട്. പുസ്തകത്തിന്റെ അനുബന്ധമായി ഭുവനേശ്വറിലെ ക്ഷേത്രങ്ങളുടെ ലിസ്റ്റ് കൊടുത്തത് ഉചിതമായി. എല്ലാ യാത്രികർക്കും അത് പ്രയോജനപ്പെടും.

ചിൽക്കത്തടാകത്തിലൂടെയുള്ള യാത്രയിൽ കണ്ടുമുട്ടിയ ജ്യോഗ്രഫി പ്രഫസറെ അവതരിപ്പിക്കുമ്പോൾ ശ്രീഹർഷൻ എന്ന കഥാകൃത്തിന്റെ സാന്നിധ്യം നാം അറിയുന്നു.

പൊതുവെ ഭംഗിയായി എഴുതപ്പെട്ട യാത്രാവിവരണഗ്രന്ഥമാണിത്. എഴുത്തുകാരനെന്ന നിലയിൽ അദ്ദേഹത്തെ അഭിനന്ദിക്കാൻ ഞാനീയവസരം ഉപയോഗിക്കുകയാണ്. കലിംഗഹൃദയത്തിലൂടെ പ്രയാണം ചെയ്യാൻ വായനക്കാരെ ഞാൻ ആദരപൂർവം ക്ഷണിക്കട്ടെ.

'സുമന'
മാങ്കാവ്
കോഴിക്കോട്-7

കോഴിക്കോട്
04-04-2021

സംസ്കാരത്തിന്റെ അകപ്പുറക്കാഴ്ചകൾ

ഡോ. ശ്രീശൈലം ഉണ്ണികൃഷ്ണൻ

ജ്ഞാനാന്വേഷകന്റെയും ചരിത്രകുതുകിയുടെയും സാമൂഹികനിരീക്ഷകന്റെയും ദാർശനികന്റെയും കലാകാരന്റെയും സമഞ്ജസമായ സമ്മേളനം മികച്ച സഞ്ചാരസാഹിത്യകാരന്മാരിൽ കാണാറുണ്ട്. യാത്രാവിവരണമെഴുത്ത് വ്യഷ്ടിതലത്തിലുള്ള ഒരു കർമ്മമാണ്. എന്നാൽ ഉത്തമമായ രചനകൾ സമഷ്ടിഭാവത്തോടുള്ള സാർഥകമായ പ്രതികരണങ്ങളായി വളർന്നു പന്തലിക്കാറുണ്ട്. വായനക്കാരുടെ മനസ്സിൽ നിത്യാദരങ്ങളേറ്റു വാങ്ങാൻ അവസരം സിദ്ധിക്കുന്നത് അത്തരം കൃതികൾക്കാണ്. അപൂർവമായ ഈ സുകൃതം കൈവരാൻ വരം സിദ്ധിച്ച കൃതിയത്രേ എം. ശ്രീഹർഷന്റെ 'കലിംഗഹൃദയത്തിലൂടെ'.

ശതാബ്ദങ്ങളുടെ ചരിത്രവും സംസ്കാരവും ഘനീഭവിച്ചുകിടക്കുന്ന വിശാലഭൂമികയിലൂടെ സംസ്കാരപ്രണയിയായ ഒരു യാത്രികൻ സഞ്ചരിച്ചതിന്റെ അക്ഷരരൂപമാണ് ഈ യാത്രാവിവരണം. പ്രാചീനകാലം മുതലേ പ്രശസ്തിയാർജിച്ച ദേശമാണല്ലോ കലിംഗം. ഇതിഹാസപുരാണങ്ങളിൽ പരാമർശിക്കപ്പെട്ട പുണ്യഭൂമി. ചരിത്രഗതികളിലെ ദിശാപരിണാമങ്ങൾ അടയാളപ്പെടുത്തിയ പുരാതനദേശം. കുരുക്ഷേത്രയുദ്ധത്തിൽ കലിംഗരാജാവ് പങ്കെടുത്തതായി മഹാഭാരതത്തിൽ പരാമർശമുണ്ട്. പുരാണമതപ്രകാരം കലിംഗൻ എന്ന രാജാവിന്റെ പേരിൽനിന്നാണ് കലിംഗം എന്ന ദേശനാമമുണ്ടായത്. മറിച്ചാണെന്ന അഭിപ്രായവും നിലവിലുണ്ട്.

നാട്ടിൽനിന്ന് ദീർഘമായി യാത്രചെയ്ത് ഒരു പുലരിയിൽ കലിംഗത്തിലെ പാവനമായ മണ്ണിൽ വണ്ടിയിറങ്ങിയത് വിവരിച്ചുകൊണ്ടാണ് പുസ്തകം ആരംഭിക്കുന്നത്. പുരി റെയിൽവേ സ്റ്റേഷന്റെ നേർചിത്രം വരച്ചുകാട്ടിക്കൊണ്ട്. ഒഡിഷയുടെ അന്തരീക്ഷത്തിലേക്ക് വായനക്കാരെ ഉപനയിക്കുന്നതിൽ ഗ്രന്ഥകാരൻ തുടക്കം മുതലേ പ്രകടിപ്പിച്ച പാകശാലിത്തമാർന്ന സമീപനം അത്യന്തം ശ്ലാഘനീയം തന്നെ. താൻ കണ്ടുമുട്ടുന്ന സാധാരണ മനുഷ്യരെപ്പോലും മറവിക്ക് വിട്ടുകൊടുക്കാതെ ആഖ്യാനശരീരത്തിലേക്ക് ചേർത്തുനിർത്തുന്ന രീതിയും അഭിനന്ദനാർഹം തന്നെ.

പുരിയുടെ ആതിഥ്യമര്യാദ നിറഞ്ഞ സ്നേഹഭാവത്തിലേക്കും സംസ്കാരശീലങ്ങളിലേക്കും മഹനീയമായ ചിത്രകലാപാരമ്പര്യത്തിലേക്കും തനതായ രുചിഭേദങ്ങളിലേക്കും സഞ്ചാരപ്രിയനായ ഈ എഴുത്തുകാരൻ വായനക്കാരെ കൂട്ടിക്കൊണ്ടുപോകുന്നു. ജഗന്നാഥഭഗവാന്റെ

കൃപാകടാക്ഷങ്ങളേറ്റു പുഷ്കലമായ ഒരു മഹാസംസ്കൃതിയുടെ മടിത്തട്ടിലൂടെയാണ് താൻ സഞ്ചരിക്കുന്നത് എന്ന ഉത്തമബോധ്യം യാത്രയിലുടനീളം കെടാതെ കാത്തുസൂക്ഷിക്കുന്നുണ്ട് അദ്ദേഹം. പുരി ജഗന്നാഥക്ഷേത്രത്തിന്റെ ഭാവസാന്ദ്രമായ വിവരണം അതു സാക്ഷ്യപ്പെടുത്തുന്നു. "മേഘരഹിതമായ ആകാശനീലിമയിൽ തലയുയർത്തി നിൽക്കുന്ന ധവളഗോപുരം. പുരി ജഗന്നാഥക്ഷേത്രത്തിന്റെ ഗർഭഗൃഹം. ഗോപുരമുകളിൽ മഹാവിഷ്ണുവിന്റെ സുദർശനം. അതിൽ അഗ്നിജ്വാലകൾ പോലെ ഇളകിയാടുന്ന ധ്വജധോരണി." കാന്തി ചൊരിയുന്ന ഇത്തരം ചെറുവാക്യങ്ങൾ കൊരുത്തെടുത്താണ് ഓരോ അധ്യായവും ശ്രീഹർഷൻ മാഷ് നിർമ്മിച്ചെടുത്തത്.

പുരി ജഗന്നാഥക്ഷേത്രത്തിന്റെ ഉദ്ഭവചരിത്രവും വികാസപരിണാമഘട്ടങ്ങളും മാത്രമല്ല തീർഥാടനസംസ്കൃതിയും ഈ കൃതിയിൽ പ്രകാശിതമാവുന്നുണ്ട്. ക്ഷേത്രത്തിന്റെ വാസ്തുശില്പമഹിമയും ആചാരവിശ്വാസപാരമ്പര്യവും ഈ യാത്രാവിവരണത്തിൽ ഉചിതമായി ഉൾച്ചേർത്തിരിക്കുന്നു. ജഗന്നാഥക്ഷേത്രവുമായി ബന്ധപ്പെട്ട് സാമാന്യജനങ്ങൾക്ക് അത്രയൊന്നും പരിചിതമല്ലാത്ത ഒട്ടേറെ അറിവുകൾ വായനക്കർക്കായി പകർന്നു നൽകാനുള്ള പരിശ്രമവും മാതൃകാപരം തന്നെ. പുരി നഗരത്തിന്റെ ആന്തരികമനസ്സിനെയും ബാഹ്യപ്രകൃതിയെയും ഒരുപോലെ ഇതൾവിടർത്തി കാട്ടുന്നുണ്ട് ഈ തൂലിക.

ജനവിശ്വാസത്തെ മാനിക്കുന്ന ഭാവാത്മകമനോഭാവമാണ് തുടക്കം മുതൽ ഒടുക്കം വരെ ഗ്രന്ഥകാരൻ കൈക്കൊണ്ടത് എന്നത് ശ്രദ്ധേയമാണ്. പുരിക്ഷേത്രത്തിന്റെ ചില അസാധാരണ സവിശേഷതകൾ വിവരിച്ച ശേഷം കൊടുത്ത നിരീക്ഷണം ശ്രദ്ധിക്കുക:

"ജീവിതവും ഭക്തിയും സമർപ്പണവും ഇഴപിരിക്കാനാവാത്തവിധം കൂടിക്കലർന്ന വിശ്വാസഗതികൾ. ഉണ്മയോ പൊയ്യോ. പരീക്ഷണത്തിന് ആരും മുതിരാറില്ല. യുക്തിയുടെ മുഴക്കോൽകൊണ്ട് വിശ്വാസങ്ങളെ എങ്ങിനെ അളക്കും!"

ഒരു ജനതയുടെ വിശ്വാസപ്രമാണങ്ങളെ യുക്തികൊണ്ട് അളന്ന് തള്ളിക്കളയുന്ന അഭിനവസമ്പ്രദായത്തിന്റെ എതിർധ്രുവത്തിലാണ് എഴുത്തുകാരന്റെ നിൽപ്പെന്ന് ഈ വരികൾ സാക്ഷ്യപ്പെടുത്തുന്നുണ്ട്. ഹൃദയനിമന്ത്രിതമായ സുന്ദരതത്ത്വങ്ങളോടുള്ള സ്വാഭാവികമായ ഇത്തരം ഇണക്കം എഴുത്തിലുടനീളം പ്രകടവുമാണ്.

ശ്രീശങ്കരനാൽ സ്ഥാപിതമായ പുരിയിലെ ഗോവർധനമഠത്തിലേക്കുള്ള തീർഥാടനവിവരണം ആത്മീയതയുടെ പരമോദാരവും വിശുദ്ധവുമായ അന്തരീക്ഷസാന്നിധ്യംകൊണ്ട് ഹഠാദാകർഷകമാവുന്നു. ആ മഠത്തിന്റെ ചരിത്രവും സവിശേഷതകളും അകപ്പുറക്കാഴ്ചകളും കൃത്യമായി കാട്ടിത്തരുന്നുണ്ട് ഈ പുസ്തകം.

സൗമ്യപൂരിതവും ലോകഹിതകാരിയുമായ ആർഷദർശനത്തിന്റെ ഹരിചന്ദനപരിപാവനഗന്ധം 'ഗോവർധന്റെ കുഞ്ഞുങ്ങൾ' എന്ന അധ്യായത്തിൽ നിറഞ്ഞുനിൽക്കുന്നുണ്ട്. അദ്വൈതപ്പൊരുളറിഞ്ഞ ശങ്കരാചാ

ര്യസ്വാമികളുടെ പവിത്രസ്മരണകളിൽ ആമഗ്നമാവുകയാണ് ഗ്രന്ഥകാരന്റെ ഹൃദയം. തത്ത്വചിന്താപരവും ദാർശനികവുമായ ഒരു അനുഭവത്തിലൂടെയാണ് ഗോവർധനമഠവിവരണം പടിപടിയായി മുന്നേറുന്നത്.

നീണ്ട വയലോരത്ത് നിരനിരയായി വെൺചാമരം വീശുന്ന ആറ്റുവഞ്ചിപ്പൂക്കളുടെ കാഴ്ചയെ മറച്ചുകൊണ്ട് ബസ്സിന്റെ ചില്ലുജാലകത്തിൽ തെറിച്ചുവീഴുന്ന മഴത്തുള്ളിയോട് "എന്തിനാവാം ഈ യാത്രയിലുടനീളം മഴ എന്നെ അനുഗമിക്കുന്നത്" എന്ന കൗതുകം നിറഞ്ഞ ചോദ്യമുന്നയിച്ചുകൊണ്ടാണ് 'കല്ലുകൊണ്ടെഴുതിയ ആദിത്യഹൃദയം' എന്ന അധ്യായത്തിന് തുടക്കമിട്ടത്.

"ചോദ്യങ്ങൾ ചോദിച്ചുകൊണ്ടേയിരിക്കുക. ഉത്തരം എവിടെനിന്നെങ്കിലും വരും." എന്ന ശുഭാപ്തിവിശ്വാസം കലർന്ന ദാർശനികമായ നിലപാട് ഗ്രന്ഥകാരനിൽ കാണാം. മഴ തിമർത്തു പെയ്തപ്പോൾ കൊണാറക്കിലെ ക്ഷേത്രച്ചുവരുകളിലെ ദൃശ്യചാരുതയുടെ പകർന്നാട്ടം കണ്ടപ്പോൾ ആ ചോദ്യത്തിന് ഉത്തരം കിട്ടുകയും ചെയ്തു.

കൊണാറക്കിൽ വന്നിറങ്ങിയപ്പോഴുണ്ടായ അത്യന്തം അപ്രതീക്ഷിതമായ ഒരു കണ്ടുമുട്ടലിന്റെ നാടകീയാവതരണം മനോഹരമായി. ചിത്രകാരനും സഞ്ചാരസാഹിത്യകാരനുമായ രാജൻ കാക്കനാടനെയാണ് ശ്രീഹർഷൻമാഷ് യാദൃച്ഛികമായി കണ്ടുമുട്ടിയത്. അദ്ദേഹത്തിന്റെ മെലിഞ്ഞു നേർത്ത കൈകളിൽ പതുക്കെ സ്പർശിച്ച് തന്റെ മനസ്സിൽ ഊറുക്കൂടിയ സ്നേഹനിർഭരമായ ആദരവ് അർപ്പിക്കുമ്പോൾ ഗ്രന്ഥകാരനുണ്ടായ സന്തോഷം വായനക്കാരനിലേക്കും പകരുകയാണ്. അവിസ്മരണീയമായ കൈയടക്കത്തോടെയാണ് ഈ സമാഗമരംഗം അടയാളപ്പെടുത്തിയിരിക്കുന്നത്.

ലോകപ്രശസ്തമായ കൊണാറക്ക് സൂര്യക്ഷേത്രത്തിന്റെ വിസ്തൃതചരിത്രവും പുരാവൃത്തപ്പെരുമയും യഥോചിതം വായനക്കാരെ പരിചയപ്പെടുത്തുന്നു എഴുത്തുകാരൻ. പുണ്യം വറ്റിപ്പോയ ചന്ദ്രഭാഗനദിക്കരയിൽ ഇരുപത്തിനാല് രഥചക്രങ്ങളിൽ സപ്താശ്വങ്ങൾ വലിക്കുന്ന തേരിൽ നിലകൊള്ളുന്ന സൂര്യക്ഷേത്രം. വെയിലിന്റെ പീതകാന്തിയിൽ കുളിച്ചുനിൽക്കുന്ന ആ ശിലാശില്പസാമ്രാജ്യം കൺമുന്നിൽ കാട്ടിത്തരുന്നുണ്ട് ശ്രീഹർഷൻ മാഷിലെ കുശലനായ ആഖ്യാതാവ്. സൂക്ഷ്മനിരീക്ഷണശേഷിയുള്ള ഒരാൾക്കേ ഇവ്വിധം ഒരു പ്രാചീനപുണ്യസങ്കേതത്തെ ഉള്ളറിഞ്ഞ് പരിചയപ്പെടുത്താനാവൂ. ക്ഷേത്രധ്വംസനത്തിന്റെ ചരിത്രം മറക്കാതെ സൂചിപ്പിച്ചതും ഉചിതമായി. കടൽത്തീരത്ത് ചമ്രം പടിഞ്ഞിരുന്ന് കൈകൾകൂപ്പി ശിരസ്സുയർത്തി പതിഞ്ഞസ്വരത്തിൽ എഴുത്തച്ഛന്റെ ആദിത്യഹൃദയം ഉരുവിടുന്ന രാജൻ കാക്കനാടനെ ചൂണ്ടിക്കാട്ടിയാണ് ഈ അധ്യായത്തിന് തിരശ്ശീല വീഴുന്നത്.

ദയാനദിയുടെ സമീപത്തുള്ള ധൗളിയിലെ ശാന്തിസ്തൂപം വായനക്കാരുടെ ഹൃദയത്തിൽ അതേപോലെ കൊത്തിവയ്ക്കാൻ ഗ്രന്ഥകാരന്റെ വർണനാപാടവത്തിന് സാധിച്ചിരിക്കുന്നു. നോക്കൂ: "ധ്യാനബുദ്ധൻ. വെണ്ണക്കല്ലിൽ തീർത്ത പ്രശാന്തസുന്ദരമായ വിഗ്രഹം. നിമീലിതമായ

നേത്രങ്ങൾ. വിടർന്ന ചുണ്ടുകളിൽ കാരുണ്യത്തിന്റെ മന്ദഹാസം. തുടുത്ത മുഖത്തിനിരുവശവും വലംപിരിശംഖുപോലെ നീണ്ട കാതുകൾ. ശിരസ്സിനു പിറകിൽ പുഷ്പാകാരത്തിലുള്ള പ്രഭാവലയം. കൈകളിൽ ശാന്തിമുദ്ര. വിടർന്ന താമരത്തൽപ്പത്തിൽ പത്മാസനത്തിലുള്ള ഇരിപ്പ്. പിന്നിൽ ഇരുഭാഗത്തായി സിംഹങ്ങളും ആനകളും." അനുപമ കൃപാനിധിയും അഖിലബാന്ധവനുമായ ശാക്യജിനദേവന്റെ തേജസ്സുറ്റ രൂപം ഇതിലും ഭംഗിയായി ആവിഷ്കരിക്കാനാവില്ല.

കലിംഗസാമ്രാജ്യത്തിന്റെ പ്രഭാവസമ്പന്നമായ പൂർവകാലങ്ങളിലേക്കും ചോരപടർന്ന വഴികളിലേക്കും അശോകമഹാരാജാവിന്റെ പ്രായശ്ചിത്തഭരിതമായ അന്തഃസംഘർഷങ്ങളിലേക്കും മാറിമാറി ദൃഷ്ടിയൂന്നിക്കൊണ്ടാണ് 'ദയാനദിയുടെ കണ്ണീരിൽ വെണ്ണിലാവുദിച്ചതാണോ' എന്ന അധ്യായം തയാറാക്കിയിട്ടുള്ളത്. ബുദ്ധസംസ്കൃതിയുടെയും മൗര്യസാമ്രാജ്യത്തിന്റെയും സ്പന്ദനങ്ങൾ ഒരുപോലെ തുടിച്ചുനിൽക്കുന്നു ഇതിൽ. അശോകചക്രവർത്തിയുടെ ജീവിതം അളന്നുകുറിച്ചിട്ട വാക്കുകളിൽ വിലയിരുത്തിയിട്ടുണ്ട് ഗ്രന്ഥകാരനിലെ ചരിത്രനിരീക്ഷകൻ.

"ഊഞ്ഞാലിൽ ഒരറ്റത്തിന്റെ പരമാവധിയെത്തിയാൽപ്പിന്നെ മറ്റേ അറ്റത്തേക്ക് ഒറ്റക്കുതിപ്പാണ്. ശമനമില്ലാത്ത യുദ്ധക്കൊതിയുടെ ഉച്ചസ്ഥായിയിൽ ആനന്ദനിർവൃതിപൂണ്ട അശോകജീവിതത്തിന്റെ മറ്റേയറ്റം അണുവിട നിഷ്ഠവിടാത്ത അഹിംസയിരുന്നു. ലോകസ്വഭാവമാണത്." എത്ര നിശിതവും യഥാർഥ്യനിർഭരവുമായ വിലയിരുത്തൽ.

കുമാരിപർവതത്തിലെ ഇരട്ടശിഖരങ്ങളായ ഉദയഗിരിയും ഖണ്ഡഗിരി യും ചുറ്റിനടന്നു കണ്ടതിന്റെ മനോഹരവും ആകർഷകവുമായ വിവരണമാണ് 'കുമാരിപർവതത്തിലെ ആതിഥേയർ'. ഓരോ സൂക്ഷ്മാംശവും വിട്ടുപോവാതെ ആഖ്യാനഗാത്രത്തിലേക്കു ചേർത്തു നിർത്തിയിരിക്കുന്നു. പ്രാചീനഗുഹകളും ശിലാപ്രതിമകളും ജൈനക്ഷേത്രവും ഭൂതകാലചരിത്രത്തിന്റെ നിത്യസ്മാരകങ്ങളായി വർത്തിക്കുന്നത് ചിത്രീകരിച്ചത് യാത്രയുടെ അനുഭൂതികണങ്ങൾ തുളിമ്പിത്തൂവാതെയാണ്.

ഭുവനേശ്വർ എന്ന പ്രാചീനനഗരം ചുറ്റിക്കണ്ടാസ്വദിച്ചതിന്റെ ഹൃദയാനുഭൂതികൾ ഒപ്പിയെടുത്തവതരിപ്പിച്ച 'കഥയ മമ, കഥയ മമ' എന്ന അധ്യായം വായിക്കുന്നത് അവിസ്മരണീയമായ ഒരനുഭവം തന്നെ. മുക്തേശ്വർ ക്ഷേത്രത്തിന്റെയും ലിംഗരജക്ഷേത്രത്തിന്റെയും സൗന്ദര്യവും വാസ്തുശില്പമികവും വർണിക്കുമ്പോൾ ശ്രീഹർഷൻ മാഷിലെ സമർഥനായ ഒരു ചിത്രകാരനെ നമുക്ക് കാണാൻ കഴിയും. ഈ ക്ഷേത്രങ്ങളുടെ സവിശേഷതകളും ചരിത്രവും പുരാവൃത്തവും മികച്ച ഒരു കാഥികയെപ്പോലെ ഗ്രന്ഥകാരന് വിവരിച്ചു കൊടുക്കുന്ന നന്ദിത എന്ന കൊച്ചുപെൺകുട്ടിയുടെ പ്രസരിപ്പുറ്റ മുഖം വായനക്കാരുടെ മനസ്സിൽ നിന്ന് മായുകയില്ല.

ഒഡിഷയുടെ കിഴക്കൻതീരത്തുള്ള ചിൽക്കാത്തടാകത്തിലൂടെയുള്ള യാത്രയിൽ പ്രകൃതിയുടെ വിസ്മയങ്ങളോടൊപ്പം അവിടെ ഇടപഴകിയ

മനുഷ്യരുടെ സ്വഭാവസവിശേഷതകളും പെരുമാറ്റങ്ങളും സൂക്ഷ്മമായി അവതരിപ്പിച്ചതിന്റെ ആഖ്യാനമികവ് വായനയെ കൂടുതൽ താല്പര്യ പൂർണമാക്കുന്നുണ്ട്. മനുഷ്യനിർമ്മിതമായ മഹാക്ഷേത്രങ്ങളും ശില്പ സൗന്ദര്യവും കണ്ട് മനം നിറഞ്ഞ ശേഷമാണ് പ്രകൃതിയുടെ വിസ്മയ ഗർഭത്തിൽ പിറവികൊണ്ട ചിൽക്കത്തടാകത്തിന്റെ ഭംഗി ആസ്വദിക്കു ന്നത്. ഈ ബോധ്യം വെളിപ്പെടുത്തുന്നത് ശ്രദ്ധിക്കുക:

"കഴിഞ്ഞ ദിവസങ്ങളിൽ മനസ്സുനിറച്ചത് മനുഷ്യകരങ്ങളുടെ കലാ വിസ്മയങ്ങളായിരുന്നു. ഇന്നിതാ കൺമുന്നിൽ ദൈവത്തിന്റെ കരകൗ ശലം. അന്തമറ്റ സൗന്ദര്യത്തികവോടെ ചില അദ്ഭുതങ്ങൾ പ്രകൃതി നമുക്കായി കാത്തുവച്ചിരിക്കയാണ്. ചിലയിടങ്ങളിൽ കാഴ്ചയുടെ കൊച്ചു കൗതുകങ്ങൾ. മറ്റിടങ്ങളിൽ സ്വപ്നസദൃശമായ വിസ്മയാനുഭവങ്ങൾ. പർവതങ്ങളിലും നദികളിലും. താഴ്വരകളിലും മരുഭൂമികളിലും. സമുദ്രത്തിലും തടാകത്തിലും. പാറകളിലും മണൽപ്പരപ്പിലും. കുന്നിൻ ചെരിവുകളിലും നീർത്തടങ്ങളിലും. ഹിമപ്പരപ്പുകളിൽ. വനാന്തരങ്ങളിൽ. കൃഷിഭൂമികളിൽ. ഗ്രാമവീഥികളിൽ. ജൈവവൈ വിധ്യങ്ങളിൽ. മനുഷ്യപ്രകൃതിയിൽ... ഓരോ ദേശത്തും ഓരോ ഭാവ ത്തിൽ. ഓരോ താളത്തിൽ. ഓരോ ലയത്തിൽ. ഓരോ തലങ്ങളിൽ." ആനന്ദനിർവൃതിയുടെ രത്നാകരത്തിൽനിന്ന് തിരമാലകളെപ്പോലെ വാക്യങ്ങൾ ഒന്നിനു പിറകെ ഒന്നായി ഹൃദയതീരങ്ങളിലേക്ക് എത്തി ച്ചേരുന്ന അനർഘമായ അനുഭവമാണത്.

ഒഡിഷയോട് യാത്ര പറഞ്ഞു സ്വദേശത്തേക്കു മടങ്ങുന്നത് വിവരി ച്ചുകൊണ്ടാണ് ഈ കൃതി അവസാനിക്കുന്നത്. സഞ്ചാരത്തിന്റെ വിപു ലമായ അർഥാന്തരങ്ങളെക്കുറിച്ചുള്ള ഉപദർശനം സൂചിപ്പിച്ചുകൊണ്ട്. ആണ്ടുതോറുമുള്ള തീർഥയാത്രകൾ ജീവിതചര്യയാക്കിയ ഭാരതീയപാര മ്പര്യഗരിമയുടെ നേരറിവുകൾ തനിക്കൊപ്പം വായനക്കാർക്കും പകർന്നു നൽകിക്കൊണ്ട്.

വിചിത്രവും വിസ്മയകരവുമായ ഒട്ടേറെ അപൂർവമുഹൂർത്തങ്ങൾ ഈ യാത്രാവിവരണത്തിൽ ഇടം പിടിച്ചിട്ടുണ്ട്. ചരിത്രത്തിന്റെ കുളമ്പ ടിയൊച്ചകളും ജീവിതത്തിന്റെ നേരറിവുകളും കലിംഗസംസ്കൃതിയുടെ അനന്യമായ മഹത്വം വെളിപ്പെടുത്തുന്ന നിർമ്മിതികളും മാറിമാറിത്തെ ളിയുന്നുണ്ട് ഈ കൃതിയിൽ. യാത്രക്കിടയിൽ കണ്ടുമുട്ടുന്ന മനുഷ്യ രിലെ നന്മയും ജീവിതത്തുടിപ്പും അനുഭവപ്പെടുത്തിത്തരുന്നു. വിസ്തൃ തമായ പുരാണപരിചയവും ഭാരതചരിത്രത്തിലുള്ള അവഗാഹവും കലാ സാഹിത്യരൂപങ്ങളുമായുള്ള നിരന്തരസമ്പർക്കഫലവുമായി ഉരുവപ്പെട്ട സാംസ്കാരികോന്മേഷവും സുദീർഘകാലത്തെ അധ്യാപനത്തിലൂടെ കൈ വന്ന ആശയപ്രകാശനവൈദഗ്ദ്ധ്യവും ഗ്രന്ഥകാരന് തുണയാവു ന്നുണ്ട്.

മുന്നൊരുക്കങ്ങളുടെ ആലഭാരമില്ലാതെ വന്നുചേർന്ന അപ്രതീക്ഷി തമായ യാത്രയുടെ സുഭഗമായ ആവിഷ്കാരമാണ് ഈ കൃതി. ദേശസ

ഞ്ചാരത്തിന്റെ നാൾവഴിക്കണക്കുകളോ സ്ഥിതിവിരണങ്ങളോ വസ്തുനിഷ്ഠമായി പറഞ്ഞുപോവുന്ന രീതി പാടെ വർജിച്ചുവെന്നതാണ് ഈ കൃതിയുടെ മേന്മ.

ചെറുകഥയുടെയും നോവലിന്റെയും ആഖ്യാനശൈലിയാണ് ഈ യാത്രാവിവരണത്തിന്. ഹൃദയസംവാദക്ഷമമായ കാവ്യാത്മകഭാഷ ആഖ്യാനത്തെ മികവുറ്റതാക്കുന്നു. അനുഭവസാന്ദ്രവും അനൈച്ഛികവുമായ ഭാഷാശൈലിയുടെ സമർഥനിയോഗമാണ് മറ്റൊരു സവിശേഷത. ഖണ്ഡഗിരിയിലെ ഖരവേലന്റെ ശിലാലിഖിതം വിവരിക്കുന്നതിനിടയിലുള്ള ഭാഷാവഴക്കം ശ്രദ്ധിക്കുക: "കാചക്കണ്ണുമായി അക്ഷരങ്ങളും വരികളും കൊത്തിപ്പെറുക്കുന്ന ഗവേഷണപടുക്കൾ." ഇത്തരം തനതായ പ്രയോഗങ്ങൾ ഇതിൽ അനവധിയുണ്ട്.

നിർമലമായ സൗന്ദര്യബോധത്തോടെ, തീർത്തും വൈയക്തികമായി സംസ്കാരത്തിന്റെ തേജോഗോളങ്ങളെയും ചൈതന്യമുള്ള ഭൂപ്രകൃതിയെയും വായനക്കാരുടെ മനസ്സിലേക്ക് പ്രവേശിപ്പിക്കുകയാണ് ഗ്രന്ഥകാരൻ. മഹേഷ് മഹാപത്രയെന്ന പാരമ്പര്യചിത്രകാരനെയും തീപാറുന്ന കണ്ണുകളോടെ പ്രത്യക്ഷപ്പെടുന്ന അവധൂതനെയും അനേകഭാഷകൾ സംസാരിക്കുന്ന ഗോവർധനമഠത്തിലെ സന്ന്യാസിയെയും അനശ്വരകലാകാരനായ രാജൻ കാക്കനാടനെയും ബുദ്ധദർശനത്തിന്റെ സമകാലികപ്രസക്തിയന്വേഷിക്കുന്ന താഷിയെന്ന വിദ്യാർഥിയയും ഓട്ടോവാലയായ ശ്യാമിനെയും അനുജത്തി നന്ദിതയെയും ജീവിതോപാധിക്കുള്ള കുറുക്കുവഴികളിൽ നിപുണനായ ബിഷ്ണോയ് എന്ന ബോട്ടുകാരനെയും സ്ഥലകാലബോധമില്ലാതെ പാണ്ഡിത്യക്കൊട്ട തുറക്കുന്ന നിഷ്കളങ്കനായ പ്രഫസറെയും ഗംഗാധർ മൊഹന്തിയെന്ന വൃദ്ധനായ റിക്ഷക്കാരനെയും തീർഥാടകരായ ഹുഗ്ലികുടുംബത്തെയും വായനക്കാരുടെ ഹൃദയഭാജനങ്ങളാക്കി മാറ്റിയിരിക്കയാണ് ശ്രീഹർഷൻ മാഷ്.

തന്റെ വിപുലമായ വായനസ്മരണകളിൽനിന്ന് എസ്.കെ. പൊറ്റെക്കാട്ടും സഞ്ജയനും വെട്ടൂർ രാമൻനായരും വിഷ്ണുനാരായണൻ നമ്പൂതിരിയും എം.വി ദേവനും എം. മുകുന്ദനും ഡി. വിനയചന്ദ്രനും യാത്രാനുഭവങ്ങളുടെ അക്ഷരക്കൂട്ടിലെ പ്രകാശബിന്ദുക്കളായി ഈ പുസ്തകത്തിലൂടെ മിന്നിക്കടന്നുപോവുന്നുണ്ട്.

ദൃശ്യബിംബങ്ങളുടെ സമൃദ്ധസാന്നിധ്യം കൊണ്ട് അനുഗ്രഹീതമാണ് ഈ കതി. ചരിത്രവും സംസ്കാരവും ജീവിതവും പ്രകൃതിയും സമഞ്ജസവും സമ്യക്കുമായി ഇഴുകിച്ചേരുന്നുണ്ട് ഇതിൽ. ജീവിതത്തെ പ്രസാദാത്മകമായി സമീപിക്കുന്ന ഒരു എഴുത്തുകാരന്റെ സഞ്ചാരസ്മൃതികളുടെ വാഗ്സ്വരൂപമായി വായനക്കാരുടെ മുന്നിലേക്ക് സഹർഷം കടന്നുവരികയാണ് ഈ പുസ്തകം.

മലയാളവിഭാഗം,
സാമൂതിരി ഗുരുവായൂരപ്പൻ കോളേജ്,
കോഴിക്കോട്-14.

കോഴിക്കോട്
07-04-2021

ഉള്ളടക്കം

ജഗന്നാഥന്റെ വരപ്രസാദം 15
അയാൾക്ക് നിഴലുണ്ടായിരുന്നില്ല 23
ഗോവർധന്റെ കുഞ്ഞുങ്ങൾ 31
കല്ലുകൊണ്ടെഴുതിയ ആദിത്യഹൃദയം 41
ദയാനദിയുടെ കണ്ണീരിൽ
വെണ്ണിലാവുദിച്ചതാണോ 53
കുമാരിപർവതത്തിലെ ആതിഥേയർ 61
കഥയ മമ... കഥയ മമ 71
പെയ്തൊഴിഞ്ഞ മഴയുടെ ആർദ്രത 83
ക്ഷണികസൗഹൃദങ്ങളുടെ പാഥേയം 99
അനുബന്ധം 111

അപ്രതീക്ഷിതമായ ഒരു യാത്ര.
വേണ്ടത്ര മുന്നൊരുക്കങ്ങളില്ല.
കൂടെയാരുമില്ല.
1999 ജനുവരി അവസാനം.
തണുപ്പുകാലം തീരാൻപോവുന്നു.

കലിംഗദേശത്തേക്ക്.
പുരി, കൊണാറക്,
ഭുവനേശ്വർ, ചിൽക്കതടാകം.

വഴികാട്ടിയത്
ചില വായനാനുഭവങ്ങളും
കേട്ടുകേൾവികളും മാത്രം.

ആദ്യയാത്രയുടെ കൗതുകം.
ഒറ്റയ്ക്കുള്ളയാത്രയുടെ ആവേശം.
നവ്യാനുഭവങ്ങളുടെ സാഫല്യം.

ഇതേ സ്ഥലങ്ങളിലേക്ക്
പിന്നീട് രണ്ടു പ്രാവശ്യംകൂടി
യാത്രചെയ്യുകയുണ്ടായി.
2014 ലും 2019 ലും.
ആദ്യം കണ്ടവ പലതും
മാറിയിട്ടുണ്ട്.
എന്നാൽ സ്ഥായീഭാവം ഒന്നുതന്നെ.
അതിനാൽ
ആദ്യയാത്രയിലെ കുറിപ്പുകളിൽ
മാറ്റങ്ങൾ വരുത്തിയില്ല.

യാത്രാനുഭവത്തിന്റെ
ഈ ചിരാത്
വായനക്കാർക്കു നൽകുന്നു.
ഇതിൽനിന്നുള്ള തുണ്ട്വെളിച്ചം
നിങ്ങളെ
യാത്രോന്മുഖരാക്കട്ടെ.

□

1

ജഗന്നാഥന്റെ വരപ്രസാദം

അപ്പോഴേക്കും മഴ തോർന്നിരുന്നു. രാവിലെ അഞ്ചുമണി കഴിഞ്ഞതേയുള്ളൂ. പുരി റെയിൽവേസ്റ്റേഷൻ.

വളരെ കുറച്ചുപേരേ വണ്ടിയിൽനിന്നിറങ്ങാനുണ്ടായിരുന്നുള്ളൂ. പുറത്തേക്കിറങ്ങുന്ന വഴിയിലൊക്കെ ആളുകൾ മൂടിപ്പുതച്ച് കിടപ്പാണ്. അവർക്കിടയിൽ നായ്ക്കളും. കവച്ചുവച്ച് നടന്ന് കവാടത്തിലെത്തി.

മഴവെള്ളത്തിൽ നനഞ്ഞ പുറംകവാടവും പരിസരവും.

ആരോ തോണ്ടിയോ. തിരിഞ്ഞുനോക്കി. ആരുമില്ല. ചുറ്റിലുമില്ല.

ഉള്ളിൽനിന്നാണ്. ദൽഹിയിലെ അരവിന്ദൻ. എം.മുകുന്ദന്റെ 'ദൽഹി'യിലെ.

'മഴയിൽ കുളിച്ച് നനഞ്ഞ നായയെപ്പോലെ' പുരി റെയൽവേ സ്റ്റേഷൻ ചുരുണ്ടുകിടക്കുന്നു.

ഹിന്ദിയെന്നോ ഒറിയയെന്നോ തിരിച്ചറിയാനാവാത്ത ഭാഷയിൽ പുലമ്പിക്കൊണ്ട് റിക്ഷക്കാരും ടാക്സിക്കാരും വന്നുപൊതിഞ്ഞു. കീശയിലെ കടലാസ്തുണ്ടെടുത്ത് ഒരു റിക്ഷക്കാരനു നേരെ നീട്ടി.

അയാളതു വായിച്ച് മറ്റൊരാൾക്കു കൊടുത്തു.

"ആയിയേ സാബ്" വെറ്റിലക്കറപിടിച്ച പല്ലുകൾ കാട്ടിച്ചിരിച്ചു കൊണ്ട് ആ ചെറുപ്പക്കാരൻ എന്നെ തന്റെ റിക്ഷയിലേക്ക് ആനയിച്ചു. കൂടെ നടക്കുമ്പോൾ ഞാൻ പേരു ചോദിച്ചു: "ലക്ഷ്മൺ".

പുറത്തേക്കുള്ള ഗെയിറ്റ് കടന്ന് റോഡിലേക്കു തിരിഞ്ഞു. വിജനമായ നനഞ്ഞ നിരത്ത്. അൽപ്പം മുന്നോട്ടു പോയശേഷം ഇടുങ്ങിയ വഴിയിലേക്ക് തിരിഞ്ഞു.

മഴ വീണ്ടും തുടങ്ങി. ലക്ഷ്മൺ ഇരുവശത്തും കർട്ടൻ താഴ്ത്തിയിട്ടു. റിക്ഷയുടെ ഒറ്റക്കൺവെളിച്ചം ഇരുട്ടിനെ കീറി മഴയിലൂടെ മുന്നോട്ടു നീങ്ങിക്കൊണ്ടിരുന്നു. വളഞ്ഞും തിരിഞ്ഞും. പിന്നിലേക്ക് തല ചായ്ച്ച് ഞാൻ ചാരിയിരുന്നു.

മഴയായിരുന്നു. കോഴിക്കോട് മിഠായിത്തെരുവിലെ പബ്ലിക് ലൈബ്രറിയിൽനിന്ന് പുറത്തേക്കിറങ്ങുമ്പോൾ പെട്ടെന്നു പെയ്ത മഴ. ഗോവണിയിറങ്ങി താഴത്ത് ഉള്ളിലേക്ക് കയറിനിന്നു.

"സാബ് ആയിയേ, ഉള്ളിൽ ഇരിക്കാം." തിരിഞ്ഞു നോക്കി. മുറുക്കിച്ചുവന്ന് വെറ്റിലക്കറപിടിച്ച പല്ലുകൾ മുഴുക്കെ കാട്ടി ചിരിച്ചുകൊണ്ട് ഒരു ചെറുപ്പക്കാരൻ. ഞാൻ അയാളുടെ കടയ്ക്കുള്ളിലേക്ക് കയറി സ്റ്റൂളിലിരുന്നു.

"പേരെന്താ?"

"മഹേഷ് മഹാപത്ര"

"ഒഡിഷക്കാരനാണോ"

"ജി സാബ്. പുരി"

തുണിക്കടയാണ്. കൂടുതലും കർട്ടനുകളും പുതപ്പുകളും. അവിടത്തെ സ്റ്റാളുകൾ മുഴുവനും അത്തരം കടകളാണ്. അടുക്കവെച്ച ഒരു ഷീറ്റ് ഞാൻ നിവർത്തി നോക്കി. ചിത്രങ്ങൾ ആലേഖനം ചെയ്ത തുണി.

"പടചിത്ര?" ഞാൻ മഹേഷിന്റെ മുഖത്തേക്കു നോക്കി.

"ജി സാബ്. മേരാ പിതാജി ജഗന്നാഥ് മഹാപത്ര. പുരിയിലെ പടചിത്ര കലാകാരനാണ്."

അയാൾ ഭിത്തിയിലെ ഫോട്ടോയിലേക്ക് ചൂണ്ടി.

ജഗന്നാഥ് ശിവചരൺദാസ് മഹാപത്ര. എവിടെയോ കേട്ടപോലെ. ഓർത്തുനോക്കി. അതെ. പടചിത്ര ആചാര്യൻ. ഹെറിറ്റേജ് മാസികയിൽ വായിച്ചിട്ടുണ്ട്. പ്രശസ്ത ഒറിയ സാഹിത്യകാരൻ മനോജ്ദാസിന്റെ പത്രാധിപത്യത്തിൽ ചെന്നൈയിൽനിന്നു പ്രസിധീകരിച്ചിരുന്ന ഇംഗ്ലീഷ് മാസിക. പുരിയിൽ ഒരു പടചിത്രഗുരുകുലം നടത്തുന്നു. ധാരാളം ബഹുമതികൾ ലഭിച്ചിട്ടുണ്ട്.

മഹേഷുമായി കുറേ നേരം സംസാരിച്ചിരുന്നു. അച്ഛൻ മരിച്ചിട്ട് ആറു വർഷമായി. സ്വന്തം കൈയിലിൽനിന്നു കാശുമുടക്കി സൗജന്യമായി കലയഭ്യസിപ്പിച്ച ആ കലാകാരന് സമ്പാദ്യമൊന്നുമില്ലായിരുന്നു.

മഹേഷും കുടുംബവും തുണിയിൽ ചിത്രങ്ങൾ ആലേഖനം ചെയ്ത് കർട്ടനുകളും പുതപ്പുകളുമാക്കും. അവിടെ സുഹൃത്തുക്കളുമായി ചേർന്ന് ഒരു സൊസൈറ്റിയുണ്ട്. ഉണ്ടാക്കുന്ന ഉത്പന്നങ്ങളുമായി എവിടേക്കെങ്കിലും വിൽപ്പനക്കായി ഇറങ്ങും. അധികവും ദക്ഷിണേന്ത്യയിൽ. കോഴിക്കോട്ട് മിഠായിത്തെരുവിൽ വരാൻ തുടങ്ങിയിട്ട് മൂന്നുനാലു വർഷമായി.

“ഇവിടെ കച്ചവടം എങ്ങിനെ?” ഞാൻ ചോദിച്ചു.

“അച്ഛാ ഹെ. വില കുറവായതിനാൽ വിറ്റുപോകും”

“പടചിത്ര ചെയ്യുന്നത് നേരിട്ട് കണ്ട് അറിയണമെന്നുണ്ട്” ഞാൻ പറഞ്ഞു. അതുകേട്ടപ്പോൾ അയാൾക്ക് വളരെ സന്തോഷം. വെറ്റിലക്കറ പിടിച്ച പല്ലുകൾ കാട്ടിയുള്ള നിഷ്കളങ്കമായ ചിരിയോടെ അയാൾ പറഞ്ഞു: “ബഹുത്ത് അച്ഛാ. ആജോവോ. പുരിയിലേക്ക് വരൂ.”

“തീർച്ചയായും. ആപ്കോ അഡ്രസ് ദീജിയേ”

ഒരു കടലാസ് തുണ്ടിൽ അയാൾ പേരും മേൽവിലാസവും എഴുതി. “ഗർ മേം ഫോൺ നഹി ഹെ” ഒരു കുറ്റബോധത്തോടെ അയാൾ കുറിപ്പ് എനിക്കു നൽകി.

“നന്ദി. ഞാൻ വരും.”

“സിർഫ് ഏക് പത്ര് ബേജൻ സാബ്” വെറ്റിലക്കറപിടിച്ച ചുവന്ന പല്ലുകൾ വീണ്ടും.

യാത്ര ഞാൻ പുറത്തേക്കിറങ്ങി. മഴ തോർന്നിരുന്നു.

മഴ തോർന്നിരുന്നു. റിക്ഷയുടെ കർട്ടൻ ഉയർത്തി പുറത്തേക്കു നോക്കി. ചുറ്റിലും അരണ്ട വെളിച്ചം തെളിഞ്ഞിട്ടുണ്ട്. പുരി ക്ഷേത്രത്തിനു മുമ്പിലുള്ള വിശാലമായ നിരത്തിലാണ്. ലോകപ്രസിദ്ധമായ രഥോത്സവം നടക്കുന്ന ദേവവീഥി.

ചുറ്റിലുമുള്ള കടത്തിണ്ണകളിൽ നിരാലംബരായ കുറേ മനുഷ്യജന്മങ്ങൾ മൂടിപ്പുതച്ചുറങ്ങുന്നു. ചിലർ എഴുന്നേറ്റിരുന്ന് ചുമയ്ക്കുന്നുണ്ട്.

"സാബ്, യഹ് പുരി മന്ദിർ കാ മുഖ്യ ഗോപുർ ഹെ" റിക്ഷക്കാരൻ ചൂണ്ടിക്കാണിച്ചു പറഞ്ഞു.

ഗോപുരത്തിനു മുന്നിലെ അരുണസ്തംഭം കടന്ന് തെക്കുഭാഗത്തേക്ക് തിരിഞ്ഞു. തെക്കെ ഗോപുരത്തിനു മുന്നിലൂടെയുള്ള റോഡിൽ കുറേ നീങ്ങിക്കഴിഞ്ഞപ്പോൾ അനേകം ഇടുങ്ങിയ വഴികൾ. റിക്ഷ അതിൽ ഒന്നിലേക്കു തിരിഞ്ഞു.

പതിനാറാം നൂറ്റാണ്ടിലേക്ക് പ്രവേശിച്ചപോലെ. എലിമാളംപോലെ ഒന്നിൽ നിന്ന് മറ്റൊന്നിലേക്ക് പുളഞ്ഞുമാറിപ്പോകുന്ന കുണ്ടും കുഴിയും നിറഞ്ഞ വഴികൾ.

ഇരുഭാഗത്തും തൊട്ടുതൊട്ടുള്ള പഴക്കം ചെന്ന കൊച്ചുവീടുകൾ. തകരം മേഞ്ഞവ, ഓടുമേഞ്ഞവ, പുല്ലുമേഞ്ഞവ. അവയ്ക്കിടയിലൂടെ കുലുങ്ങിയും ചാടിയും ചെളിതെറിപ്പിച്ചും നീങ്ങി ഒരു വളവിൽ റിക്ഷ നിന്നു.

ഇനിയുള്ള വഴി റിക്ഷയ്ക്ക് പറ്റില്ല. വീടുകൾക്കിടയിലൂടെയുള്ള ഒരു ചെറുനടപ്പാതയാണ്.

മുന്നിൽ നടന്ന റിക്ഷക്കാരൻ ഒരു വാതിൽ ചൂണ്ടിക്കാണിച്ചു. തകരം മേഞ്ഞ ചെറുവീട്. ഭിത്തിയിൽ മങ്ങിത്തുടങ്ങിയ ചിത്രങ്ങൾ. അയാൾ വാതിലിൽ മുട്ടി. "മഹേഷ്ജി ആയിയേ"

വാതിൽ തുറന്നു. വെറ്റിലക്കറ പുരണ്ട ചുവന്ന പല്ലുകൾ കാട്ടി ചിരിച്ചുകൊണ്ട് മുന്നിൽ മഹേഷ്.

"ആയിയേ ശ്രീഹർഷൻജി, ആയിയേ"

റിക്ഷക്കാരന് കാശ് കൊടുത്ത് അകത്തേക്കു കയറി. വലിയ മുറി. ഇടതുവശത്ത് ഒരു അടുക്കളയും വലതു വശത്ത് ഒരു കിടപ്പുമുറിയും. നല്ല വൃത്തി. കട്ടി കൂടിയ ഒരു ജമുക്കാളം അയാൾ നീർത്തി

യിട്ടു. "ബൈട്ടിയേ സാബ്."

തോളിലെ ബാഗ് മൂലയിൽവച്ച് ഞാൻ ചമ്രം പടിഞ്ഞിരുന്നു.

മഹേഷ് യാത്രാവിശേഷങ്ങൾ ചോദിച്ചു. അയാളുടെ ഭാര്യ മൺകപ്പിൽ ആവിപറക്കുന്ന ചായ നീട്ടി. ചിത്രപ്പണിയുള്ള കപ്പ്. പാലിൽ കാച്ചിയ ജീരകച്ചായ.

"സാബ്, സുമിത. മേരാ പത്നി." സുമിത എനിക്കുനേരെ കൈകൂപ്പി. ഉണർന്ന് കണ്ണുതുടച്ചെഴുന്നേറ്റുവന്ന കുട്ടികളെയും അയാൾ പരിചയപ്പെടുത്തി. മകൾ സോണാൽ. മകൻ ജഗന്നാഥ്.

"ഓ! ജഗന്നാഥ്. പിതാജി കാ നാം."

"ജി സാബ്." വെറ്റിലക്കറപിടിച്ച പല്ലുകൾ കാട്ടിച്ചിരിച്ചുകൊണ്ട് അയാൾ ചുമരിലേക്ക് ചൂണ്ടി.

ചുമരിൽ മങ്ങിയ വലിയ ഫോട്ടോ. ജഗന്നാഥ് ശിവചരൺദാസ് മഹാപത്ര. അടിയിലെ തട്ടിൽ അദ്ദേഹത്തിനു ലഭിച്ച മൊമന്റോകൾ നിരത്തിവച്ചിട്ടുണ്ട്.

മഹേഷ് ഒരു ബക്കറ്റെടുത്ത് എന്നെ പിറകിലേക്ക് വിളിച്ചു. ബാത്ത്റൂം ചൂണ്ടിക്കാണിച്ചുതന്നു. ചെളിചവുട്ടി ഉള്ളിലേക്കു കടന്നു. നല്ല വൃത്തി.

മഴ വീണ്ടും ചാറുന്നു. കുളിച്ചുകൊണ്ടിരിക്കേ ഞാനോർത്തു. ജാമിനിറോയ് ജന്മശതാബ്ദി പരിപാടികൾക്കായി എം.വി ദേവനോടൊപ്പം സഞ്ചരിച്ച നാളുകൾ.

യാത്രക്കിടയിൽ ഇന്ത്യയിലെ പാരമ്പര്യചിത്രകലയെക്കുറിച്ച് ദേവൻ വാചാലനാവുമായിരുന്നു.

ജാമിനിറോയിയെ പ്രചോദിപ്പിച്ച ബംഗുറയിലെ കുംഭാരന്മാരുടെ ഗ്രാമീണചിത്രകല, ബീഹാറിലെ മധുബനി ചിത്രങ്ങൾ, ആന്ധ്രയിലെ കാലങ്കരി, ഗുജറാത്തിലെ പിത്തോറ, മഹാരാഷ്ട്രയിലെ വറോളി, രാജസ്ഥാനിലെ പഹാഡ്, ബംഗാളിലെ കാളിഘട്ട് ചിത്രങ്ങൾ, ഒഡിഷയിലെ പടചിത്ര. അങ്ങിനെ അങ്ങിനെ. "സായിപ്പന്മാർ പ്രചരിപ്പിച്ച എണ്ണച്ചായത്തിനും കാൻവാസിനും ഇന്ത്യയിലെ പ്രകൃതിജന്യ ചായങ്ങളും ചിത്രരചനയ്ക്കുള്ള സ്വാഭാവിക പ്രതലങ്ങളും പാരമ്പര്യമായി സിദ്ധിച്ച ചിത്രവഴക്കവും ഇല്ലാതാക്കാനായിട്ടില്ല. അതാണ് ഇന്ത്യൻ കലാസംസ്കാരത്തിന്റെ ശക്തി."

ദേവന്റെ ഘനഗംഭീരമായ പരുപരുത്ത ശബ്ദം മനസ്സിൽ മുഴങ്ങുന്നു.

ആ ചിത്രവഴികളുടെ സ്പന്ദനം ഏറ്റുവാങ്ങിക്കൊണ്ട് ദേശങ്ങൾ താണ്ടി ഇതാ ഇവിടെ ഭാർഗവീതടത്തിലെത്തിയിരിക്കുന്നു.

കുളി കഴിഞ്ഞ് വന്നപ്പോഴേക്കും പ്രാതൽ റെഡി. വെളുത്ത ഇഡ്ഢലിയും ഉഴുന്നുവടയും. എന്റെ മുഖഭാവം കണ്ട് മഹേഷ് വിവരിച്ചു.

മിഠായിത്തെരുവിൽ ആര്യഭവൻ ഹോട്ടലിലെ ഇഡ്ഢലിയും വടയും. അയാൾക്ക് വളരെ ഇഷ്ടപ്പെട്ടത്രേ. പാചകത്തിൽ കമ്പക്കാരനായ മഹേഷ് അവിടത്തെ പാചകക്കാരനുമായി ചങ്ങാത്തം കൂടി പഠിച്ചെടുത്തു. വീട്ടിൽ ഇടക്ക് മഹേഷ് ഇതുണ്ടാക്കി കഴിക്കാറുണ്ട്. ഇന്ന് എനിക്കായി പ്രത്യേകം ഉണ്ടാക്കിയതാണ്. നല്ല രുചി.

വീടിനു പിറകിലെ ഷെഡ്ഡിലേക്ക് അയാൾ എന്നെ കൂട്ടിക്കൊണ്ടുപോയി. വേറെ രണ്ടു പേർ അവിടെയിരുന്ന് തുണിയിൽ വരയ്ക്കാൻ തുടങ്ങിയിട്ടുണ്ട്.

വരയ്ക്കാനുള്ള തുണി പാകപ്പെടുത്തുന്നത് മഹേഷ് കാണിച്ചുതന്നു. ഒരു കൊഴുത്ത ദ്രാവകത്തിൽ തുണി മുക്കും. പുളിങ്കുരുപ്പശയിൽ ചോക്കുപൊടി ചേർത്ത ദ്രാവകം. അത് നന്നായി വെയിലത്ത് ഉണക്കിയെടുക്കണം. നേരത്തെ ഉണക്കിവച്ച തുണിയെടുത്ത് അയാൾ മിനുസപ്പെടുത്തി കാണിച്ചു. ഒരു പ്രത്യേകതരം കല്ലാണ് ഉപയോഗിച്ചത്.

മഹേഷിന്റെ ബന്ധുവായ സൂരി മഹാപത്ര തുണിയിൽ വരച്ചുകൊണ്ടിരിക്കുന്നു.

അഞ്ച് പ്രധാന നിറങ്ങളാണ് രചനയ്ക്കു വേണ്ടത്. മഞ്ഞ, നീല, ചുവപ്പ്, വെളുപ്പ്, കറുപ്പ്.

ചായങ്ങൾ അവിടെത്തന്നെ ഉണ്ടാക്കുന്നതാണ്. കടൽക്കക്ക, വിളക്കിലെ കരി, ഹിങ്കുറ, മഞ്ഞൾ, എണ്ണ, അവിടെ കിട്ടുന്ന ഒരുതരം പഴം എന്നിവയാണതിനു ഉപയോഗിക്കുക. എലിയുടെയോ എരുമയുടെയോ രോമംകൊണ്ട് വീട്ടിലുണ്ടാക്കുന്ന ബ്രഷും അറ്റം കത്തിച്ച ഒരുതരം ചെടിത്തണ്ടും കൊണ്ടാണ് വര.

ഭാർഗവിനദിക്കരയിലുള്ള രഘുരാജപുരത്തിലെ ഗ്രാമീണർ ശതാ

ബ്ദങ്ങളായി വരച്ചുകൊണ്ടിരിക്കയാണ്. പുരിജഗന്നാഥനുള്ള സമർപ്പണം. ദേവപ്രീതിക്കായി ജഗന്നാഥന്റെ പുരാവൃത്തങ്ങൾ വരയിലും വർണത്തിലും തുണിയിൽ ആലേഖനം ചെയ്തുകൊണ്ടുള്ള അനുഷ്ഠാനം.

സംസ്കൃതത്തിൽ 'പട' എന്നാൽ തുണി. ജഗന്നാഥദേവന്റെ ദാസന്മാരാണ് തങ്ങളെന്ന് തലമുറകളായി അവർ വിശ്വസിച്ചുപോരുന്നു.

രചനകൾ രണ്ടു വിഭാഗത്തിലുണ്ട്. അന്നസാരപതി, ജാതിപതി. ആഷാഢമാസത്തിലെ പതിനഞ്ച് ദിവസം നീണ്ടുനിൽക്കുന്ന രഥോത്സവങ്ങൾക്കുവേണ്ടി വരയ്ക്കുന്നവയാണ് അന്നസാരപതി. ജഗന്നാഥനുള്ള അവരുടെ നൈവേദ്യമാണ് അത്. ജീവിതോപയോഗത്തിനുള്ള തുണികളിൽ വരയ്ക്കുന്നവയാണ് ജാതിപതി.

ഷെഡ്ഡിന്റെ ഒരുവശത്ത് രചന കഴിഞ്ഞ് ഉണക്കിയെടുത്ത തുണികൾ തരംതിരിച്ച് അടുക്കിക്കെട്ടിവച്ചിരിക്കുന്നു.

ചുമരിലും ഗൃഹോപകരണങ്ങളിലും ചിത്രപ്പണികൾ ചെയ്യാറുണ്ട്. താളിയോലയിൽ ചെയ്യുന്ന ചിത്രങ്ങളും വിൽപ്പന ചെയ്യും.

മഹേഷിന് ഇന്ന് വൈകീട്ടത്തെ വണ്ടിയിൽ ബംഗളരുവിലേക്ക് പോകണം. ഇപ്പോൾ അവിടെയാണ് വിൽപ്പന. കോഴിക്കോട്ട് വരാതെ ഒന്നരവർഷം കഴിഞ്ഞത്രേ. വിൽപ്പനച്ചരക്കുകളെല്ലാം പാർസലായി അയച്ചുകഴിഞ്ഞു.

സുമിത ഞങ്ങളെ ഉച്ചഭക്ഷണത്തിനായി ക്ഷണിച്ചു. വെളുത്ത ചോറും റൊട്ടിയും. സബ്ജി, ഡാൽഫ്രൈ, വെണ്ടയ്ക്കത്തോരൻ പോലെ ഒന്ന്, മാങ്ങാ അച്ചാർ, തൈര്, പപ്പടം.

ഭക്ഷണം വിളമ്പി മാറിനിന്നുകൊണ്ട് സുമിത പറഞ്ഞു: "സാബ്, ചാവൽ ജഗന്നാഥ് മഹാരാജ് കാ പ്രസാദ് ഹെ".

പുരിക്ഷേത്രത്തിലെ മഹാപ്രസാദം ചോറാണ്. നിത്യവും ഇരുപതിനായിരം പേർക്കുള്ള ചോറ് അവിടെയുണ്ടാക്കുമത്രേ. വിശേഷദിവസങ്ങളിൽ അമ്പതിനായിരം പേർക്കും. എത്ര പേർ വന്നാലും തികയാതെ വരില്ല. ബാക്കിയാവുകയുമില്ല. അറന്നൂറിലേറെ പാചകക്കാർ. തുറസ്സായ സ്ഥലത്തു സജ്ജീകരിച്ച കൂറ്റൻ അടുക്കള. ഉപയോഗിക്കുക മൺപാത്രങ്ങൾ മാത്രം.

രാവിലെ ക്ഷേത്രത്തിൽ പോയി എനിക്കായി പ്രസാദം വാങ്ങി വന്നിരിക്കയാണ് സുമിതയും മക്കളും.

ജമുക്കാളത്തിൽ ചമ്രം പടിഞ്ഞിരുന്ന് ചോറുവാരി. ചുമരിലെ ഫോട്ടോയിലേക്കൊന്നു നോക്കി.

ചില്ലുപാളിക്കുള്ളിൽ പഴകിയ കടലാസിലെ മങ്ങിയ രൂപം. ആ വലിയ കലാചാര്യന്റെ കുലീനമായ പുഞ്ചിരി. ജീവിതത്തെ കലോപാസനയാക്കിയ എല്ലാ മഹാകാലാകാരന്മാർക്കുമായി ആദ്യത്തെ ഉരുള മാറ്റിവച്ചു.

സ്നേഹം ചൊരിയുന്ന കൊച്ചുകുടുംബം, കലയുടെ വിശുദ്ധിയുള്ള കൊച്ചുകുടിൽ. പരിസരത്തെ ദേവസാന്നിധ്യം.

ഒരു തീർഥാടനം കഴിഞ്ഞ സംതൃപ്തി.

നന്ദി പറഞ്ഞിറങ്ങുമ്പോൾ മഹേഷും സുമിതയും സോണാലും കൊച്ചുജഗന്നാഥനും വീടിനു വെളിയിലേക്കിറങ്ങി കൈകൂപ്പി. വെറ്റിലക്കറയുള്ള ചവന്ന പല്ലുകൾ കാട്ടി ചിരിച്ചുകൊണ്ട് മഹേഷ് ഒരു പൊതി എന്റെ കൈയിൽ വച്ചുതന്നു.

താളിയോലയിൽ ചെയ്ത ഒരു രചന. പുരിയിലെ ആരാധനാമൂർത്തി. പത്മവേഷത്തിലുള്ള വർണചിത്രം.

“സാബ്, മേരാ ഛോട്ടാ സാ ഉപഹാർ”

ജഗന്നാഥന്റെ ‘വര’പ്രസാദം.

ചവിട്ടുപാതയിലൂടെ നടക്കുമ്പോൾ ചാറ്റൽമഴ.

2

അയാൾക്ക് നിഴലുണ്ടായിരുന്നില്ല

ചെറുതായി മയങ്ങിപ്പോയിരുന്നു. കണ്ണുതിരുമ്മിയെഴുന്നേറ്റു. കർട്ടൻ മാറ്റി ജില്ലുജാലകം തുറന്നു. മഞ്ഞവെയിൽ.

മേഘരഹിതമായ ആകാശനീലിമയിൽ തലയുയർത്തി നിൽക്കുന്ന ധവളഗോപുരം. പുരിജഗന്നാഥക്ഷേത്രത്തിന്റ ഗർഭഗൃഹം. ഗോപുരമുകളിൽ മഹാവിഷ്ണുവിന്റെ സുദർശനം. അതിൽ അഗ്നിജ്വാലകൾ പോലെ ഇളകിയാടുന്ന ധ്വജധോരണി.

നാഴികമണി നാലടിച്ചു. മുറിപൂട്ടി പുറത്തിറങ്ങി. താക്കോൽ റിസപ്ഷനിൽ കൊടുത്ത് ഹോട്ടലിന്റെ പടിയിറങ്ങി.

അരുണസ്തംഭത്തിനു മുന്നിൽ ചെറിയൊരു ക്യൂ. മഹാനായ ശിവജി കൊണാറക്കിൽനിന്നു ഇവിടേക്ക് മാറ്റിസ്ഥാപിച്ച അരുണസ്തംഭം.

ക്യൂ മുന്നോട്ടുനീങ്ങുന്നു. മുഖകവാടത്തിലെ കാവൽക്കാരൻ ആളുകളെ പരിശോധിച്ച് കടത്തിവിടുകയാണ്. ക്യാമറ, ചെരുപ്പ്, ബൽറ്റ് എന്നിവ പുറത്തു വയ്ക്കണം.

അകത്തേക്കു കടന്നു. ഇരുവശത്തുനിന്നും പണ്ഡകൾ മാടിവിളിക്കുകയാണ്.

“ആയിയേ..” “ബൈഠിയേ...”

രാവിലെ മഹേഷ് മഹാപത്ര പറഞ്ഞത് ഓർമ്മ വന്നു. "സാബ് ധ്യാൻ രക്കിയേ. പണ്ഡാം കോ ബെവക്കൂഫ് ബനേയാ ജീഗാ." പണ്ഡകളെ അവഗണിച്ച് നടന്നു.

വശത്തെ ടാപ്പിൽനിന്ന് കൈകാലുകളും മുഖവും കഴുകി. നനഞ്ഞ കാലുകൾ നിലത്തെ ശിലാപാളികളെ സ്പർശിച്ചു. നൂറ്റാണ്ടുകൾ പഴക്കമുള്ള ശിലകൾ.

ഗംഗാസാമ്രാജ്യാധിപതിയായ അനന്തവർമൻ പണികഴിപ്പിച്ച ക്ഷേത്രം. പന്ത്രണ്ടാം നൂറ്റാണ്ടിൽ. പുരുഷോത്തമ ജഗന്നാഥക്ഷേത്രം.

1230 ൽ രാജാ അനംഗഭീമൻ മൂന്നാമൻ ഈ ശിലകളിൽ ചവുട്ടി നിന്നാണ് സാമ്രാജ്യം ജഗന്നാഥന് സമർപ്പിച്ചത്. പിന്നീട് ദേവദാസ നായി ഭരണം തുടർന്നു.

മുപ്പത്തിയേഴായിരം ചതുരശ്രമീറ്റർ വിസ്തൃതിയിൽ വ്യാപിച്ചു കിടക്കുന്ന ഈ സമുച്ചയത്തിൽ ഏതാണ്ട് നൂറ്റി ഇരുപത് ക്ഷേത്ര ങ്ങൾ ഉണ്ടത്രേ. മുഖമണ്ഡപം, ഭോഗമണ്ഡപം, നടനമണ്ഡപം, പ്രാർഥ നാമണ്ഡപം, ഗർഭഗൃഹം എന്നിങ്ങനെ അഞ്ച് ഭാഗങ്ങളുണ്ട് പ്രധാനക്ഷേത്രത്തിന്. അഞ്ച് ഗോപുരങ്ങളും.

നടനമണ്ഡപത്തിന്റെ പടികൾ ചവുട്ടിക്കയറവേ മുന്നിൽ ആജാ നബാഹുവായ ഒരു വൃദ്ധൻ. പാറിപ്പറക്കുന്ന നരച്ച മുടി. വാരിച്ചു റ്റിയ മുഷിഞ്ഞ വെള്ളവസ്ത്രം. രോമാവൃതമായ മുഖത്ത് മിന്നുന്ന ഗോലികൾ പോലെ രണ്ടു കണ്ണുകൾ.

അയാൾ ഇടംകൈകൊണ്ട് എന്റെ വലതുകൈയിൽ കയറിപ്പി ടിച്ചു. മടിക്കുത്തിൽനിന്ന് ഒരുപിടി ചോറുവാരി എന്റെ കൈവെ ള്ളയിലിട്ടു.

"കാഓ."

ഞാൻ വിരണ്ട് അമ്പരന്ന് നിന്നുപോയി.

"കാഓന്നാ." അയാൾ അലറി.

ആ കണ്ണുകളിൽ തീപറക്കുന്നു. ചൂണ്ടിപ്പിടിച്ച ഇടതുകൈവി രലും വിടർത്തിപ്പിടിച്ച വലതുകൈയും വിറയ്ക്കുന്നു. ഉടുവസ്ത്രം തെന്നിവീഴുന്നു. തെറിച്ച തുപ്പൽച്ചാറുകൾ എന്റെ ശിരസ്സിലും മുഖത്തും അഭിഷേകം ചെയ്തു.

പെട്ടെന്ന് ശാന്തനായി. എന്റെ പുറത്തുതട്ടി പതുക്കെ പറഞ്ഞു. "കാഓ ബേട്ടാ കാഓ. മേരാ പ്രസാദ് ഹെ. ജഗന്നാഥ് മഹാരാജ് കാ പ്രസാദ് ഹെ. കാഓന്നാ." ഇരുകൈകളും വേഗത്തിൽ വീശി കാലുകൾ വേച്ചു വലിച്ച് ആ അവധൂതൻ നടന്നുനീങ്ങി.

കൈയിലെ വെളുത്ത ചോറിലേക്കു നോക്കി ഞാൻ അനങ്ങാതെ നിൽപ്പാണ്. വൃത്തിഹീനമായ വസ്ത്രത്തിൽ പൊതിഞ്ഞ ചോറ്. അഴുക്കുപുരണ്ട കൈകൊണ്ട് വാരിത്തന്ന ചോറ്.

അശുദ്ധികളെ സംബന്ധിച്ച ശങ്കകൾക്ക് ഒറ്റ ഉത്തരമേയുള്ളൂ. വിശ്വാസം. ജഗന്നാഥനിലുള്ള ഉറച്ച വിശ്വാസം.

ഞാൻ ചോറ് വായിലിട്ടു. ചവച്ചിറക്കി. ഉച്ചയ്ക്ക് മഹേഷിന്റെ ഭാര്യ സുമിത വിളമ്പിത്തന്ന ജഗന്നാഥപ്രസാദത്തിന്റെ അതേരുചി.

തിളച്ചുപതഞ്ഞു പൊങ്ങിവരുന്ന കഞ്ഞിവെള്ളം പോലെ പിന്നിൽനിന്ന് വലിയൊരു ഭജനസംഘം പടികൾ കയറിവരുന്നു. ധവളവസ്ത്രധാരികൾ. സ്ത്രീകളും കുട്ടികളും വൃദ്ധരും എല്ലാമുണ്ട്. ഒരു കുത്തൊഴുക്ക്. അതിൽപ്പെട്ട് തട്ടിയും തടഞ്ഞും മുന്നോട്ടുനീങ്ങി.

"ജഗന്നാഥ് മഹാരാജ് കീ ജയ്" എന്ന ആരവം മുന്നോട്ട് അലച്ചുനീങ്ങുന്നു. കൈകളുയർത്തി. ഉടലുകൾ ഉലച്ച്. അങ്ങോട്ടുമിങ്ങോട്ടും തള്ളി.

പ്രാർഥനാമണ്ഡപത്തിലെ വേലിയഴികൾക്കിടയിലൂടെ കുതിച്ചൊഴുകുന്ന ജലധാരപോലെ ഭക്തജനപ്രവാഹം ശ്രീകോവിലിനുള്ളിലേക്ക് പ്രവേശിക്കുകയാണ്. തള്ളിത്തള്ളി മുന്നിലേക്കെത്തി.

ജഗന്നാഥന് ആരതിയാണ്. വിഗ്രഹത്തിന് തൊട്ടടുത്തു നിൽക്കാം. ഭക്തനും മൂർത്തിക്കുമിടയിൽ ഇടനിലക്കാരനില്ല. പൂജാരികൾ ഓതിത്തരുന്ന മന്ത്രങ്ങൾ സ്വയം ഉരുവിടുക. നെയ്‌വിളക്കും പൂജാദ്രവ്യങ്ങളും സ്വയം സമർപ്പിച്ച് ആരതിയുഴിയുക. ആഗ്രഹങ്ങളും ആവലാതികളും പറഞ്ഞ് ജഗന്നാദപാദം തൊട്ടു വണങ്ങി നീങ്ങുക.

ഒന്നുചേർന്ന ത്രിമൂർത്തീവിഗ്രഹങ്ങൾ. വലത്ത് ബലഭദ്രൻ. നടുവിൽ സുഭദ്ര. ഇടത്ത് ജഗന്നാഥൻ (കൃഷ്ണൻ). ദാരുശില്പങ്ങളാണ്. വെളുത്ത ചായം പൂശി ആറടി ഉയരമുള്ളതാണ് ബലഭദ്രവിഗ്രഹം. കൃഷ്ണവിഗ്രഹം കറുത്ത നിറത്തിൽ അഞ്ചടി ഉയരത്തിൽ. സുഭദ്രയുടേത് നാലടി ഉയരവും മഞ്ഞ നിറവും.

വർണാഭമായ വസ്ത്രാലങ്കാരം. പത്മവേഷം. ബലഭദ്രനും കൃഷ്ണനനും ചെവിഭാഗത്തുനിന്ന് കൈകളുണ്ട്. എന്നാൽ സുഭദ്രയുടേത് മുഖം മാത്രമാണ്.

പന്ത്രണ്ടോ ഇരുപത്തിനാലോ വർഷം കൂടുമ്പോൾ പുനർനിർമ്മിക്കുമത്രേ. ആദ്യത്തെ വിഗ്രഹം പണിതത് മഹാവിഷ്ണു നേരിട്ടാണെന്നാണ് ഐതിഹ്യം.

ഇന്ദ്രദ്യുമ്നരാജാവിനു വേണ്ടി കുറേ ബ്രാഹ്മണർ മഹാവിഷ്ണുവിനെ അന്വേഷിച്ചുപോയി. ഒരാൾക്കു മുമ്പിൽ നീലരത്നത്തിൽ ജഗന്നാഥൻ പ്രത്യക്ഷമായി. രാജാവിനെ വിവരമറിയിച്ചു. രാജാവ് സ്ഥലത്തെ ത്തിയപ്പോൾ ദേവദർശനം ലഭിച്ചില്ല.

പ്രാർഥനാനിരതനായ രാജാവിന് ഒരു അശരീരിയുണ്ടായി. ചില അടയാളങ്ങളുള്ള ഒരു മരത്തടിയുടെ രൂപത്തിൽ വിഷ്ണു പ്രത്യക്ഷമാകും എന്ന്.

ഭാർഗവിനദിയിലെ വെള്ളപ്പൊക്കത്തിൽ പുരിയിൽ ഒരു മരത്തടി ഒലിച്ചെത്തി. മഹാരാജാവ് വിളിച്ചുവരുത്തിയ തച്ചന്മാരുടെ ഉളികൾ ഈ മരത്തടിയോടു പരാജയപ്പെടുകയാണുണ്ടായത്.

പെട്ടെന്ന് കയറി വന്ന ഒരു തച്ചൻ മരത്തടിയുമായി മുറിയിൽ കയറി വാതലടച്ചത്രേ. പതിനഞ്ചു ദിവസം കഴിഞ്ഞ് മുറി തുറന്നപ്പോൾ പത്മവേഷത്തിലുള്ള മൂന്ന് വിഗ്രഹങ്ങൾ. തച്ചനെ കാണാനില്ല. "തച്ചൻ ഞാൻ തന്നെ." ഒരു അശരീരി മാത്രം.

ആര്യവേപ്പാണ് വിഗ്രഹനിർമ്മാണത്തിനെടുക്കാറ്. നിഴൽ വീഴ്ത്താത്ത മരം. പക്ഷികളോ മൃഗങ്ങളോ കൂടുവയ്ക്കാത്തവ. അടിയിൽ സർപ്പങ്ങൾ വസിക്കുന്നവ. മരത്തൊലിക്കുള്ളിൽ സുദർശനത്തിന്റെയും ശംഖിന്റെയും അടയാളവും വേണം. ഇതിനായി ഇതുവരെ എവിടെയും അന്വേഷിച്ച് അലയേണ്ടി വന്നിട്ടില്ല. വിഗ്രഹം മാറ്റേണ്ട കാലം വരുമ്പോൾ ക്ഷേത്രപരിസരത്തെവിടെയെങ്കിലും അത്തരമൊരു മരം പ്രത്യക്ഷമാവുമത്രേ.

ആരതിയിൽ നിറഞ്ഞ് തിളങ്ങുന്ന മൂർത്തികൾ. മഹേഷ് മഹാപത്ര വരച്ച പടചിത്രയുടെ അതേ ഭംഗി. അതേ ചൈതന്യം.

വിഗ്രഹത്തിന്റെ പാദത്തിൽനിന്ന് ചെറിയൊരങ്കി എന്റെ കഴുത്തിൽ. തങ്കക്കസവുനൂലിഴകൾ കോർത്ത മഞ്ഞപ്പട്ടുതുണി. അത് കഴുത്തിലണിയിച്ച് നെറ്റിയിൽ കളഭം പൂശി അതിനുമീതെ കുങ്കുമം വരച്ച് പൂജാരി എനിക്കുനേരെ കൈനീട്ടി.

കീശയിൽനിന്ന് കൈയിൽത്തടഞ്ഞ നോട്ടെടുത്ത് കൊടുത്തു. ദക്ഷിണ. അദ്ദേഹം അനുഗ്രഹിച്ചോ ഇല്ലയോ എന്നറിയുന്നതിനു മുമ്പേ പിറകിലെ ആൾക്കൂട്ടം എന്നെത്തള്ളി നീക്കി.

ശ്രീകോവിലിൽനിന്ന് തെക്കെ വാതിലൂടെ പുറത്തിറങ്ങി. ഭിത്തികളിൽ അസാമാന്യമായ ശില്പചാതുരി. ശിലാപാളികളിൽ പണിതവ. ഇരുവശങ്ങളിലായി വിപരീതദിശയിലേക്ക് തിരിഞ്ഞു നിൽക്കുന്ന വലിയ വ്യാളികൾ. ആനയെ ചവുട്ടിയാണ് അവയുടെ നിൽപ്പ്. അവയ്ക്കിടയിൽ സുന്ദരികളായ സാലഭഞ്ജിമാർ. ഇടയിൽ കമനീയവും സൂക്ഷ്മവുമായ കൊത്തുപണികൾ.

ചുമർശില്പചാരുത കണ്ടാസ്വദിച്ചുകൊണ്ട് ഒരു മരച്ചുവട്ടിലേക്ക് നീങ്ങിനിന്നു.

മുന്നിൽ തലയുയർത്തിനിൽക്കുന്ന കുഭഗോപുരം. ഇരുനൂറ്റി പതിനാലടി ഉയരമുള്ള അദ്ഭുതനിർമ്മിതി.

മുകളിലെ സുദർശനചക്രത്തിന് ഒരു ടണ്ണിലേറെ ഭാരമുണ്ടത്രേ. ഇത്രഭാരം ഇത്ര ഉയരത്തിലെത്തിക്കാൻ പന്ത്രണ്ടാം നൂറ്റാണ്ടിന്റെ സാങ്കേതികവിദ്യ എന്താവാം? അന്തംവിട്ട് കുന്തം വിഴുങ്ങിയമാതിരി നിൽപ്പേ നിർവാഹമുള്ളൂ.

ഒരാൾ ഗോപുരമുകളിലേക്ക് കയറിപ്പോകുകയാണ്. നീണ്ടവൃക്ഷത്തലപ്പിലേക്ക് ചാടിക്കയറുന്ന കുരങ്ങന്റെ ചാതുരിയോടെ. ഏന്തിപ്പിടിച്ച് വലിഞ്ഞുകയറി ചക്രത്തിനു മുകളിലെത്തി അയാൾ. കൊടിക്കൂറ മാറ്റിക്കെട്ടുകയാണ്. പഴയത് ഓരോന്നായി സാവധാനത്തിൽ അഴിച്ചെടുത്ത് മടക്കിവച്ച് പുതിയത് കരുതലോടെ ഭക്തിയോടെ ഭംഗിയായി കെട്ടിവച്ച് വണങ്ങുന്നു.

തോരണം പോലെ കോർത്തു കെട്ടിയ പലവർണധ്വജങ്ങൾ. തീനാളങ്ങൾ പോലെ. ഏറ്റവും മുകളിലത്തേതിന് നീളക്കൂടുതലുണ്ട്. താഴോട്ടു വരുംതോറും നീളം കുറഞ്ഞുവരും. കെട്ടിക്കഴിഞ്ഞ് അതിവേഗം അയാളിറങ്ങി.

ഈ ധ്വജങ്ങൾ കാറ്റിന്റെ എതിർദിശയിലാണത്രേ പറക്കുക.

ഈ കുംഭഗോപുരം ഏതു വെയിലിലും നിഴൽ വീഴ്ത്തില്ലത്രേ.

ഈ ചക്രം നഗരത്തിന്റെ ഏതു ഭാഗത്തുനിന്നു നോക്കിയാലും ഒരേപോലെയാണത്രേ കാണുക.

ഈ ക്ഷേത്രസമുച്ചയത്തിനു മുകളിലൂടെ പക്ഷികൾ പറക്കില്ലത്രേ.

ഈ ക്ഷേത്രത്തിൽ എത്രപേർ വന്നാലും ഉണ്ടാക്കിയ ഭക്ഷണം തികയാതാവുകയോ ബാക്കിയാവുകയോ ഇല്ലത്രേ.

ഈ ക്ഷേത്രത്തിനുള്ളിൽ തൊട്ടടുത്തുള്ള കടലിന്റെ ഇരമ്പം മുഴങ്ങില്ലത്രേ.

വിശ്വാസങ്ങളാണ്. തലമുറകൾ കൈമാറിക്കൈമാറി വരുന്ന വിശ്വാസങ്ങൾ. ജനപരമ്പരകളുടെ വികാരത്തിലും വിചാരത്തിലും നിറഞ്ഞ വിശ്വാസങ്ങൾ. മിത്തിലും ഐതീഹ്യത്തിലും പിറവി കൊണ്ടവ. ചരിത്രവഴികളിൽനിന്നും കെട്ടുകഥകളിൽനിന്നും വെള്ളവും വളവും വലിച്ചെടുത്ത് തിടംവച്ചവ.

ജീവിതവും ഭക്തിയും സമർപ്പണവും ഇഴപിരിക്കാനാവാത്തവിധം കൂടിക്കലർന്ന വിശ്വാസഗതികൾ. ഉണ്മയോ പൊയ്യോ. പരീക്ഷണത്തിന് ആരും മുതിരാറില്ല. യുക്തിയുടെ മുഴക്കോൽകൊണ്ട് വിശ്വാസങ്ങളെ എങ്ങിനെ അളക്കും!

പ്രാർഥനയുടെ ആരവങ്ങൾ ഏറുകയും കുറയുകയും ചെയ്തുകൊണ്ടിരുന്നു. മുന്നിലെ വാതിൽ ഭക്താവലിയെ വലിച്ചെടുക്കുന്നു. വശങ്ങളിലെ വാതിൽ ജനക്കൂട്ടത്തെ പുറത്തേക്ക് ചീറ്റുന്നു.

ഇരുട്ട് പരന്നു തുടങ്ങി. ക്ഷേത്രവിളക്കുകൾ കത്തിത്തുടങ്ങുന്നു. ആയിരക്കണക്കിനു ദീപജ്വാലകളുടെ പ്രകാശധോരണിയിൽ ജഗന്നാഥപുരി സ്വർണാഭമായി.

തെക്കേ ഗോപുരകവാടം വഴി പുറത്തിറങ്ങി. ഇരുവശത്തും നിരനിരയായി കച്ചവടത്തട്ടുകൾ. മധുരപലഹാരങ്ങളും പ്രതിമകളും ആടയാഭരണങ്ങളും അങ്ങിനെയങ്ങിനെ.

നടന്ന് നടന്ന് മുൻവശത്തെത്തി. വിശാലമായ ദേവവീഥി.

എല്ലാ ആഷാഢമാസത്തിലും ജഗന്നാഥന്റെ ദേവരഥവും വഹിച്ച് പുരുഷാരങ്ങളാൽ നിറഞ്ഞുകവിയുന്ന രഥോത്സവവീഥി. ലോകപ്രസിദ്ധമഹോത്സവം. നാനാപ്രദേശത്തുനിന്നെത്തുന്ന എട്ടുലക്ഷത്തിലേറെ ജനങ്ങളുടെ പങ്കാളിത്തം. സ്ത്രീകളും പുരുഷന്മാരും.

കുട്ടികളും യുവാക്കളും വൃദ്ധരും. ജീവിതത്തിന്റെ വിവിധ മേഖല കളിലുള്ളവർ. ഭിക്ഷുക്കൾ. സന്യാസിസമൂഹം.

ഗോകുലത്തിൽനിന്ന് മഥുരയിലേക്കുള്ള കൃഷ്ണയാത്രയുടെ പുനരാവിഷ്കാരം. പതിനാറ് ചക്രങ്ങളുള്ള രഥത്തിൽ. ഓരോ ചക്ര ത്തിനും ഏഴടി വ്യാസം. അമ്പതടി ഉയരവും മുപ്പത്തഞ്ചടി വീതി യുമുള്ള ചതുരാകൃതിയിലുള്ള അടിത്തട്ട്. മുകളിൽ ഗോപുരസമാ നമായ മേൽത്തട്ട്. വർണാലങ്കാരപൂരിതമായ മൂന്ന് കൂറ്റൻ രഥങ്ങൾ.

ഓരോന്നിലായി കൃഷ്ണനും ബലഭദ്രനും സുഭദ്രയും. രഥത്തിൽ ക്കെട്ടിയ വടങ്ങൾ വലിച്ചും പിറകിൽനിന്ന് തള്ളിയും മഹാനദി പോലെയൊഴുകുന്ന ജനാവലിയുടെ അകമ്പടിയോടെ എഴുന്നള്ളു കയാണ്. തുടർച്ചയായ രണ്ടു ദിനങ്ങൾ. രണ്ടു മൈൽ ദൂരം. ഗുണ്ടിച്ച ബാരി എന്ന സ്ഥലത്തെത്തി ഏഴുദിവസം അവിടെ വാണശേഷ മാണ് ദേവതകൾ തിരിച്ചെഴുന്നള്ളുക.

പലതരം കച്ചവടക്കാരും ഭക്തരും യാചകരും കാഴ്ചക്കാരും. ടാക്സി കളും സൈക്കിൾ റിക്ഷകളും ഓട്ടോറിക്ഷകളും കുതിരവണ്ടികളും. നിറഞ്ഞ് പുളഞ്ഞിരിക്കുന്നു ആ വിശാലവീഥി.

പുരിനഗരത്തിലെ ഏതാണ്ട് രണ്ടുലക്ഷത്തിലേറെ ജനങ്ങൾ ജഗ ന്നാഥക്ഷേത്രതീർഥാടനത്തെ ആശ്രയിച്ചുമാത്രമാണ് ജീവിക്കുന്നത്.

തെരുവിലൂടെ തലങ്ങും വിലങ്ങും നടന്നു. ഓരോരോ കടകളിൽ കയറി. വെറുതെ. അവിടെയുള്ള വിൽപ്പനസാധനങ്ങൾ എടുത്ത് തിരിച്ചും മറിച്ചും നോക്കി. അവിടെത്തന്നെ വച്ചു. ഒന്നും വാങ്ങാനല്ല. എല്ലായിടവും ഒന്നു കയറിയിറങ്ങാൻ. എല്ലാമൊന്ന് തൊട്ടനുഭവി ക്കാൻ.

ചായവിൽക്കുന്ന ഒരു പെട്ടിക്കട. ആളുകൾ പൊതിഞ്ഞു നിൽപ്പു ണ്ട്. സ്റ്റൗവിൽ മുഴുത്തപാൽ തിളച്ചുകൊണ്ടിരിക്കുന്നു. മുന്നിൽ നിര വധി അളുക്കുകൾ. അതിൽ വിവിധതരം പൊടികൾ. കഴുകിവച്ച കൊച്ചുഗ്ലാസുകൾ.

ആവശ്യപ്പെടുന്നതനുസരിച്ച് പ്രത്യേകം പ്രത്യേകമായി ചായ തയാറാക്കിക്കിട്ടും.

ജീരകച്ചായ, ഇഞ്ചിച്ചായ, ഏലച്ചായ, മസാലച്ചായ, ചുക്കുചാ യ, കുരുമുളക്ചായ.... ഒരു ഇഞ്ചിച്ചായ വാങ്ങിക്കുടിച്ചു. ചുരുങ്ങിയ

വില. നല്ല രുചി. നല്ല ഉന്മേഷം.

അരുണസ്തംഭത്തിനടുത്തേക്ക് നടന്നു. കവാടത്തിലെ വിളക്കുമാടത്തിൽനിന്നുള്ള വൈദ്യുതവെളിച്ചം മുന്നിലേക്ക് ഒഴുകിപ്പരക്കുന്നു. നേർരേഖയിൽ അരുണസ്തംഭത്തിന്റെ നിഴൽ. വെട്ടിയിട്ട തെങ്ങിൻ തടി പോലെ.

മുഖകവാടത്തിൽ നിന്ന് ഒരാൾ പുറത്തേക്ക് ഇറങ്ങി വരുന്നു. ഉള്ളിലേക്ക് തിക്കിത്തിരക്കിക്കയറിപ്പോകുന്നവരെ വകഞ്ഞുമാറ്റിക്കൊണ്ട്.

നേരത്തെ കണ്ട അവധൂതൻ.

ചാരനിറത്തിലുള്ള ഒരു പുതപ്പ് ഇരുകൈകൊണ്ടും വിടർത്തി വീശിപ്പിടിച്ച്. വേച്ചുവലിച്ച കാലുമായി. അയാൾ മുന്നിലൂടെ വേഗത്തിൽ നടന്നുപോയി. ആൾക്കൂട്ടത്തിൽ ലയിച്ചു.

നേരം ഒരുപാടായി. ഹോട്ടലിലേക്ക് മടങ്ങാം. അരുണസ്തംഭത്തിന്റെ നിഴൽ കവച്ചുവച്ച് നടക്കുമ്പോൾ മനസ്സിൽ പെട്ടെന്നൊരു മിന്നൽ.

അയാൾ. മുഖകവാടത്തിൽനിന്ന് വെളിച്ചത്തിനെതിരെ ഇറങ്ങി വന്ന് നടന്നുമാഞ്ഞ ആ അവധൂതൻ.

അയാൾക്ക് നിഴലുണ്ടായിരുന്നില്ല.

മുറിയിലെ ജില്ലുജാലകം തുറന്ന് പുറത്തേക്ക് നോക്കിയപ്പോൾ ഇരുട്ടിൽ സുദർശനത്തിന്റെ തിളക്കം മാത്രം.

മഴ ചാറുന്നുണ്ടായിരുന്നു.

3

ഗോവർധന്റെ കുഞ്ഞുങ്ങൾ

"ഐ ആം ശ്രീഹർഷൻ. ഫ്രം കേരള."

ഒരു പ്രതികരണവുമില്ല. കൂപ്പുകൈയുമായി നിൽപ്പാണു ഞാൻ. ഏതാനും നിമിഷങ്ങൾക്കു ശേഷം വീണ്ടും പറഞ്ഞു:

"മേം ശ്രീഹർഷൻ ഹും. കേരൾ സേ ആ രഹാ ഹെ."

പ്രതികരണമില്ല. സ്വാമിജി മുഖം കുനിച്ച് ഒരു നോട്ടുബുക്കിൽ എന്തോ എഴുതിക്കൊണ്ടേയിരിക്കയാണ്.

ഞാൻ കൂപ്പുകൈയിൽത്തന്നെ. ഹിന്ദി പറഞ്ഞിട്ടും കാര്യമില്ലല്ലോ. ഇനി ഒറിയ പ്രയോഗിക്കേണ്ടി വരുമോ!

പിന്നെയും രണ്ടുമൂന്നു നിമിഷങ്ങൾ. സ്വാമിജി പുസ്തകം മടക്കി. കണ്ണട ഊരിവച്ചു. കാവിഷാൾ എടുത്ത് കഴുത്തിനുചുറ്റുമിട്ട് പുതച്ചു. മുഖമുയർത്തി. എന്റെ നേരെ നോക്കി പുഞ്ചിരിച്ചു.

"ഇരിക്കൂ." കസേരയിലേക്ക് ചൂണ്ടി. ശുദ്ധമലയാളം.

ഞാൻ 'ഇരുന്നുപോയി'. സ്വാമിജി എഴുന്നേറ്റ് തിരിഞ്ഞ് നടന്നു. പിറകിലെ മുറിയിലേക്ക്.

മുറിയിലോ പരിസരത്തോ മറ്റാരുമില്ല. മൂകം. ശൂന്യം. ഏകനും അപരിചിതനും ദൂരസഞ്ചാരിയുമായ ഞാൻ ഒറ്റയ്ക്ക്.

പുരാതനമായ കെട്ടിടത്തിന്റെ ഒരു കുടുസ്സുമുറി. ശതാബ്ദങ്ങൾ പഴക്കമുള്ള വിശ്വവിഖ്യാതമായ മഹനീയമഠം. അതിന്റെ പ്രധാന കാര്യക്കാരുടെ ഓഫീസ്മുറി.

'ശ്രീശങ്കരാചാര്യ ഗോവർധന മഠം - പുരി പീഠം'.

ആദിശങ്കരാചാര്യർ സ്ഥാപിച്ച നാലു മഠങ്ങളിലൊന്ന്. വടക്ക് ബദരി. തെക്ക് ശൃംഗേരി. കിഴക്ക് പുരി. പടിഞ്ഞാറ് ദ്വാരക. നാല് ജ്യോതിർമഠങ്ങൾ. എ.ഡി എട്ടാം നൂറ്റാണ്ടിൽ സ്ഥാപിച്ചവ.

ഏകഭാരതത്തിന്റെ സാംസ്കാരികസ്തംഭങ്ങൾ. ശ്രീശങ്കരന്റെ കാലടിപ്പാടുകൾ പതിഞ്ഞുകിടക്കുന്ന പുണ്യഭൂമി. ആ ശ്വാസവും ഗന്ധവും സാന്നിധ്യവും ശബ്ദവീചികളും തങ്ങിനിന്ന അന്തരീക്ഷം.

ഏകാന്തമായ ആ ഇരിപ്പ്. കാലം എന്റെ ശരീരത്തിലേക്ക് തണുത്തുറയുകയാണോ.

സ്വാമിജി തിരികെ വന്ന് എന്നെ വിളിച്ചു:

"വരു." കാത്തിരുന്ന അതിഥിയെയെന്നപോലെ.

എഴുന്നേറ്റ് അദ്ദേഹത്തെ അനുഗമിച്ചു.

ഇടുങ്ങിയ മറ്റൊരുമുറി കടന്ന് വിശാലമായ ഒരു ഹാളിലെത്തി. വീതി കുറഞ്ഞ ജമുക്കാളങ്ങൾ നിരയായി വിരിച്ചിട്ടിരിക്കുന്നു.

"കൈകൾ കഴുകാം."

ഹാളിനറ്റത്തെ പൈപ്പിനടുത്തേക്ക് നടന്നു. കൈകഴുകി. സ്വാമിജി വിരിയിൽ ചമ്രം പടിഞ്ഞിരുന്നു. അരികിൽ ഞാനും. പതിനെട്ടോ ഇരുപതോ വയസ്സു തോന്നിപ്പിക്കുന്ന ഒരു യുവസന്യാസി രണ്ടു പ്ലേറ്റുകൾ ഞങ്ങൾക്കു മുന്നിൽ നിരത്തി. ഇലകൾ തുന്നിക്കൂട്ടിയുണ്ടാക്കിയവ.

"ഞാൻ ഭക്ഷണം കഴിച്ചാണ് വരുന്നത്". ശങ്കയോടെയും പരിഭ്രമത്തോടെയുമാണ് ഞാൻ പറഞ്ഞത്.

"സാരമില്ല. ഞാൻ കഴിച്ചിട്ടില്ല. എന്നോടൊപ്പം അല്പം കഴിക്കൂ."

നല്ല പതമുള്ള നാലഞ്ച് ചെറിയ ചപ്പാത്തികൾ. ഉരുളക്കിഴങ്ങിന്റെ സബ്ജി. കട്ടിത്തൈര്. ഗുലാബ്ജാം. ഓട്ടുമുരടയിൽ ഏതോ ഔഷധയിലയിട്ട തണുത്ത വെള്ളം. നെയ്യും തേനും പഞ്ചസാരയും ചേർത്തു കുഴച്ച ത്രിമധുരക്കൂട്ടു നിറച്ച ചെറിയൊരു സ്ഫടികയളുക്ക്.

ഭക്ഷണവേളയിൽ സ്വാമിജി മൗനമായിരുന്നു.

അതിവിസ്തൃതവും ഗംഭീരവുമായ ഒരു ആശ്രമസമുച്ചയമായിരുന്നു മനസ്സിൽ. ഇവിടേക്ക് കയറി വന്നപ്പോഴേ മുൻവിധികൾ ഉപേക്ഷിച്ചു. പുരാതനമായ ചെറിയ കെട്ടിടങ്ങൾ. വളരെ കുറച്ച് അന്തേവാസികൾ. വിജനമായ മുറികൾ. മൂകശാന്തമായ അന്തരീക്ഷം.

പുരിയിലെ ഹോട്ടലിൽനിന്ന് ഉച്ചഭക്ഷണം കഴിച്ചിറങ്ങി. ഓട്ടോ വിളിച്ചപ്പോൾ പലരും മടിച്ചു.

"സടക് ബഹുത് വ്യസ്ത് ഹെ സർ"

"സടക് ബഹുത് ഖരാബ് ഹെ."

എൺപതു രൂപ ഉറപ്പിച്ചാണ് ഒരാൾ തയാറായത്.

പുരിബീച്ചിലെ വിസ്തൃതവഴിയിലൂടെ. ഇടുങ്ങിത്തിങ്ങിയ തിരക്കുള്ള തെരുവുകൾ. ഒന്നിൽനിന്ന് മറ്റൊന്നിലേക്ക് മാറിമാറി. ഏതാണ്ട് അഞ്ച് കിലോമീറ്റർ ചുറ്റിവളഞ്ഞിട്ടുണ്ടാവണം. എത്തിയത് ഒരു പഴകിയ ഗെയ്റ്റിനരികിൽ. ദേവനാഗരി ലിപിയിലെഴുതിയിരിക്കുന്നു:

'ശ്രീശങ്കരാചാര്യ ഗോവർധന മഠം - പുരി പീഠം'

ഉള്ളിലേക്ക് കടന്നപ്പോൾ പുറത്തെ തിരക്കു മാഞ്ഞുപോയി. പുറംലോകമല്ല അകത്ത്. തലങ്ങും വിലങ്ങുമായി ഇരുനിലയിലുള്ള ഓരോ കെട്ടിടങ്ങൾ. മുറ്റത്ത് ഒന്നുരണ്ടു വാഹനങ്ങൾ. അറ്റത്തെ ചെറിയ മരത്തറയിൽ രണ്ടുമൂന്നുപേർ ഇരിപ്പുണ്ട്. മുന്നിലെ മുറിയിൽ ഒരാൾ.

കയറിച്ചെന്നു. ഒരു സന്ദർശകനാണെന്നു പറഞ്ഞു. വശത്തെ ഒരു മുറിയിലേക്ക് അദ്ദേഹം കൈചൂണ്ടി. മഠം മാനേജരായ സന്യാസിയുടെ മുറി.

"ഞാൻ കേരളത്തിൽ വന്ന് താമസിച്ചിട്ടുണ്ട്. രണ്ടുമൂന്നു വർഷം. ഇവിടെ എത്തുന്നതിനു എത്രയോ മുമ്പ്. ശ്രീശങ്കരന്റെ ജന്മനാടല്ലേ." ഭക്ഷണം കഴിച്ച് എഴുന്നേൽക്കുമ്പോൾ സ്വാമിജി പറഞ്ഞു.

"സ്വാമിജിയുടെ നാട് എവിടെയാണ്?"

"ഇവിടെ പുരിയിൽത്തന്നെ."

"കേരളത്തിൽ താമസിച്ചപ്പോഴാവും മലയാളം പഠിച്ചത്" ഒരു ശങ്കയോടെ ഞാൻ ചോദിച്ചു.

"പന്ത്രണ്ട് ഇന്ത്യൻഭാഷകൾ ഞാൻ നന്നായി സംസാരിക്കും. എവിടെയെത്തിയാലും അവിടത്തെ ഭാഷ നന്നായി പഠിക്കുക. അത് നിർബന്ധമാണെനിക്ക്. മലയാളം എഴുതാനും വായിക്കാനും എനിക്കിപ്പോഴും പ്രയാസമാണ്. നന്നായി പറയും. കേട്ടുമനസ്സിലാക്കും."

സ്വന്തം കാര്യം പറയുമ്പോൾ സ്വാമിജി വളരെ വാചാലനാവുന്നു. കൂടുതലൊന്നും ചോദിക്കാൻ ഞാൻ മുതിർന്നില്ല.

"ഇവിടമൊക്കെ കണ്ട് വേഗം മടങ്ങണമെന്നുണ്ട്. ഒരാളെ കൂടെ വിട്ടുതന്നാൽ ഉപകാരം."

"വരൂ" സ്വാമിജി മുന്നിൽ നടന്നു.

ഒന്നു രണ്ടു മുറികൾ കടന്ന് ചെന്നത് ഒരു ഇടനാഴിയിലേക്കാണ്. അടച്ചിട്ടിരിക്കുന്ന ഒരു മുറിക്കു മുമ്പിൽ സ്വാമിജി നിന്നു.

"ആചാര്യസ്വാമികൾ ഇരുന്ന മുറിയാണിത്."

മുറിക്കു പുറത്തെ ചുമരിൽ എഴുതി വച്ചിരിക്കുന്നു.

'ശ്രീമദ് ആദിശങ്കരാചാര്യ പീഠ്'

'This bed is original seat of Adi Sankaracharya since 2500 years.'

ശ്രീശങ്കരജയന്തിക്കും നവരാത്രി ആഘോഷസമയത്തും മാത്രമേ അതു തുറക്കാറുള്ളൂവത്രേ.

തൊട്ടടുത്ത് ആചാര്യർ ആരാധന നടത്തിയിരുന്ന പൂജാമുറികൾ തുറന്നു കിടപ്പുണ്ട്. ഒന്ന് ഗോവർധനനാഥനായ കൃഷ്ണൻ. മറ്റേത് വിമലാമാതാവ് (ഭൈരവി). ആദിശങ്കരാചാര്യർ സ്ഥാപിച്ച ഒരു അർധനാരീശ്വരവിഗ്രഹവും ഉണ്ട്.

അപ്പോഴേക്കും രണ്ടുപേർ സ്വാമിജിയെ കാണാനെത്തി. കുലീനമായി വസ്ത്രം ധരിച്ച രണ്ടു ചെറുപ്പക്കാർ. വെട്ടിയിട്ട വാഴത്തടിപോലെ ഒരാൾ സ്വാമിജിയുടെ കാൽക്കൽ കമിഴ്ന്നടിച്ചു വീണു. പിറകെ മറ്റെയാളും. നമസ്കരിച്ചതാണ്. സ്വാമിജി അവരെ അനുഗ്രഹിച്ചു. എന്നോട് ഇപ്പോൾ വരാം എന്ന് ആഗ്യം കാണിച്ച് സ്വാമിജി

അവരോടൊപ്പം അകത്തേക്കു പോയി.

ആദിശങ്കരന്റെ മുറിക്കു മുന്നിൽ നിശ്ചലനായി നിൽക്കയാണ് ഞാൻ.

ശങ്കരദർശനത്തെക്കുറിച്ച് വിഷ്ണുനാരായണൻ നമ്പൂതിരിയുടെ പ്രഭാഷണം സംഘടിപ്പിച്ച ഒരോർമ്മ. റിക്കാർഡ് ചെയ്ത പ്രസംഗം മുഴുവൻ അന്ന് പകർത്തിയെഴുതി പ്രസിദ്ധീകരിച്ച അനുഭവം.

'ശംകരൻ' എന്നാണ് അദ്ദേഹം പറയാറ്. ശമം ചെയ്തവൻ. "നൂറ് വേദങ്ങൾ വന്നു പറഞ്ഞാലും സ്വന്തം അനുഭവത്തിന് നിരക്കാത്തതിനെ താൻ പ്രമാണമായി സ്വീകരിക്കില്ല എന്നായിരുന്നു ശംകരന്റെ നിലപാട്." ആചാര്യരെക്കുറിച്ച് വിഷ്ണുനാരായണൻ നമ്പൂതിരിയുടെ നിരീക്ഷണം.

കുടുംബജീവിതത്തിന്റെ നേരറിയാൻ പരകായപ്രവേശം നടത്തി അനുഭവം കൈക്കൊണ്ട ശങ്കരൻ. വിഷ്ണുനാരായണൻ നമ്പൂതിരി പറഞ്ഞതുപോലെ "അന്നത്തെ നിലയ്ക്ക് അപ്രാപ്യവും ദുർഗമവുമായ ദൂരങ്ങളെ" തരണം ചെയ്ത് സർവജ്ഞപീഠം കയറിയവൻ.

കാലടിയിൽനിന്ന് കാൽനടയായി തുടങ്ങിയ സഞ്ചാരം. ഭാരതത്തിലങ്ങോളമിങ്ങോളമുള്ള താർക്കികരുടെ നിലപാടുകളെ തള്ളിമാറ്റി ജയിച്ച് മുന്നേറി.

അതിപുരാതനമായ വേദോപനിഷത്തുകളിൽനിന്നും നൂറായിരം വ്യത്യസ്ത ചിന്താധാരകളിൽനിന്നും ജീവിതസമ്പ്രദായങ്ങളിൽനിന്നും ഊറ്റിയെടുത്ത അദ്വൈതസിദ്ധാന്തത്താൽ ഭാരതീയസംസ്കാരത്തിന് തെളിച്ചം നൽകിയവൻ. നിഷ്പക്ഷവും ചൂഷണമുക്തവും ധർമ്മചാരിയും അനന്യവുമായ വേദ സാമൂഹികക്രമം സ്ഥാപിച്ചവൻ. ഒരു രാഷ്ട്രസ്വരൂപത്തെ വരച്ചിട്ടവൻ.

ആചാര്യർ തന്റെ ശിഷ്യരെ പത്ത് വിഭാഗങ്ങളായി തിരിച്ചിരുന്നു. വന, പാർവത, ആരണ്യ, തീർഥ, ആശ്രമ, ഗിരി, പുരി, ഭാരതി, സാഗർ, സരസ്വതി. നിയുക്തമേഖലകളിൽ കൃത്യമായ അന്വേഷണങ്ങൾ നടത്തുക, ധർമ്മമൂല്യങ്ങൾ പ്രചരിപ്പിച്ച് സമൂഹത്തെ ഏകീകരിക്കുക. ഇതായിരുന്നു ഇവരുടെ ചുമതല. എല്ലാം വെറും മുപ്പത്തിരണ്ട് വയസ്സിനകം.

ആദിശങ്കരന്റെ സാന്നിധ്യം നിറഞ്ഞുനിന്നിരുന്ന മുറി. തുറന്നിട്ട ജാലകത്തിലൂടെ ഒരു തണുത്തകാറ്റ്. നൂറ്റാണ്ടുകൾ താണ്ടിയൊഴുകിയ സാംസ്കാരികപ്രവാഹത്തിന്റെ ശീതളസ്പർശം. മനസ്സിനെ തരളിതമാക്കി ആ കാറ്റ് വീശിക്കടന്നുപോയി. തിളങ്ങുന്ന മഹസ്സായി ശങ്കരസ്മൃതികൾ എന്റെ ഉള്ളിൽ ജ്വലിച്ചു.

സ്വാമിജി വേഗം തിരിച്ചുവന്നു.

“മഠത്തിന്റെ കീഴിലെ ആശുപത്രി പുതുക്കി പണിയുന്നു. ആർക്കിടെക്റ്റും കോൺട്രാക്ടറും. ചില രേഖകൾ ഒപ്പിട്ടുവാങ്ങാൻ വന്നതാണ്.”

വീണ്ടും നടന്നു. സ്വാമിജിക്കു പിന്നാലെ. ശങ്കരാചാര്യരുടെ ചരിത്രം ചുമരിൽ ഹ്രസ്വമായി എഴുതിവച്ചിട്ടുണ്ട്. ഒരിടത്ത് ഇതുവരെയുള്ള മഠാധിപതികളുടെ ലിസ്റ്റ്. പേരും കാലയളവും.

ആദിശങ്കരന്റെ പ്രഥമശിഷ്യനായ പത്മപാദരായിരുന്നു ആദ്യമഠാധിപതി.

സ്വാമി നിശ്ചലാനന്ദ സരസ്വതിയാണ് ഇപ്പോഴത്തെ അധിപൻ. നൂറ്റി നാൽപ്പത്തഞ്ചാമത്തെ ആൾ. 1992 മുതൽ.

സ്വാമി നിശ്ചലാനന്ദജി ഇപ്പോൾ ഇവിടെയില്ല. ദീർഘകാലത്തെ യാത്രയിലാണദ്ദേഹം. ഹോഷിയാർപുർ (പഞ്ചാബ്), വൃന്ദാവൻ, അലഹബാദ്, വാരാണസി എന്നീ സ്ഥലങ്ങളിൽ മഠത്തിനു കീഴിലുള്ള ആശ്രമങ്ങളുണ്ട്. അവിടങ്ങളിലൂടെ.

ഉത്തർപ്രദേശിലെ പ്രയാഗ് മുതൽ കിഴക്കോട്ടും ആന്ധ്രാപ്രദേശിൽ രാജമുണ്ട്രി വരെ തെക്കോട്ടുമുള്ള ഇന്ത്യൻ പ്രദേശങ്ങളും നേപ്പാൾ, ബംഗ്ലാദേശ്, ഭൂട്ടാൻ എന്നീ രാജ്യങ്ങളും പുരിമഠത്തിന്റെ ആത്മീയമേഖലയിൽപ്പെടുന്നുണ്ട്.

വേദപാഠശാല, യോഗപാഠശാല, വ്യായാമശാല, ഗോശാല, രോഗശുശ്രൂഷാലയം. ഓരോന്നും കണ്ടും അറിഞ്ഞും നടന്നു. ദരിദ്രകുടുംബങ്ങളിലെ ഒരുപാട് കുഞ്ഞുങ്ങളെ മഠം ഏറ്റെടുത്തു വളർത്തുന്നുണ്ട്. പഠിപ്പിക്കുന്നുണ്ട്. ഇവിടെ മാത്രമല്ല മറ്റ് ആശ്രമങ്ങളിലും.

മഠത്തിനു കീഴിൽ പ്രവർത്തിക്കുന്ന വിവിധ സമിതികളെക്കുറിച്ചുള്ള ഒരു ലഘുലേഖ സ്വാമിജി എനിക്കു നൽകി. ധർമ്മസംഘ്,

സനാതന സൻസ്‌സമിതി, ആദിത്യവാഹിനി, ആനന്ദവാഹിനി, രാംരാജ്യപരിഷത്ത്, രാഷ്ട്രോത്ഥാന അഭിയാൻ.... അങ്ങനെ എട്ടൊമ്പത് സമിതികൾ.

ഉച്ചതിരിഞ്ഞ നേരമായതിനാൽ ഒരിടത്തും ആരുമില്ല. ഉച്ചമയക്കത്തിലായിരിക്കാം. പുസ്തകശാലയിലെത്തി. ഒരു ബ്രഹ്മചാരി പുസ്തകത്തട്ടിൽ നിന്ന് കൂറകളെ പായിക്കുകയാണ്.

പുസ്തകങ്ങൾ എടുത്ത് മറിച്ചു നോക്കി. ഹിന്ദി, ഇംഗ്ലീഷ്, ഒറിയ ഭാഷകളിലുള്ള ശങ്കരാചാര്യ കൃതികൾ, മഠത്തിന്റെ പ്രസിദ്ധീകരണങ്ങൾ.

നടന്ന് വീണ്ടും കയറിച്ചെന്നത് ഭക്ഷണം കഴിച്ച ഹാളിലാണ്. വിരികളിൽ അവിടവിടെയായി ചിലർ മലർന്നു കിടപ്പുണ്ട്. ഒരു വിരിയിലേക്ക് ചൂണ്ടി സ്വാമിജി പറഞ്ഞു:

“അൽപ്പം വിശ്രമിക്കൂ. ബീച്ചിലേക്കല്ലേ പോകാനുള്ളത്. നാലു മണി കഴിഞ്ഞ് തിരിക്കാം.” അദ്ദേഹം അടുത്ത മുറിയിലേക്ക് കയറി കതകടച്ചു.

പുരിബീച്ചിലേക്ക് പോകാനുള്ള കാര്യം അദ്ദേഹത്തോട് പറഞ്ഞിരുന്നില്ലല്ലോ...

നിവർത്തിയിട്ട വിരിയിൽ ചുമരു ചാരിയിരുന്നു. തോളിലെ സഞ്ചി ഒതുക്കിവച്ച് കാലു നീട്ടി. തുറന്നിട്ട ജാലകത്തിലൂടെ ചായുന്ന വെയിലും തണുത്ത ഇളങ്കാറ്റും ഒഴുകി വരുന്നുണ്ട്. പതുക്കെ കണ്ണടച്ചു. ചെറുതായി മയങ്ങിപ്പോയോ.

ഓടിപ്പായുന്ന കൂറകൾ... പുസ്തകത്തട്ടിലെ ശങ്കരകൃതികൾ.... സൗന്ദര്യലഹരി, ഭജഗോവിന്ദം, മനീഷാപഞ്ചകം, ബ്രഹ്മസൂത്രഭാഷ്യങ്ങൾ, മാണ്ഡൂക്യകാരികകളുടെ വ്യാഖ്യാനങ്ങൾ, വിഷ്ണുഭുജംഗം, ആത്മബോധ, അപരോക്ഷാനുഭൂതി, ജഗന്നാഥാഷ്ടകം..... ആചാര്യരുടെ മുറി, ഗോവർധനവിഗ്രഹം, വിമലാമാതാവ്, അർധനാരീശ്വരപ്രതിമ....

കണ്ടതും കേട്ടതും അറിഞ്ഞതുമെല്ലാം മയക്കത്തിന്റെ പാളികളിലൂടെ ബോധത്തിലും ഉപബോധത്തിലും മാറിമറിഞ്ഞ് നീങ്ങിക്കടന്നുപോവുന്നു.

യോഗദണ്ഡും കമണ്ഡലുവുമായി, മുണ്ഡനം ചെയ്ത ശിരസ്സും ശോണവസ്ത്രവുമായി ശിഷ്യരോടൊപ്പം നടന്നുവരുന്ന ആചാര്യരുടെ തേജസ്സുറ്റ മുഖം ഉള്ളത്തിൽ തെളിയുന്നു.

കാതിൽ അലയടിക്കുന്നതെന്താണ്? മനീഷാപഞ്ചകത്തിലെ ആദ്യശ്ലോകമല്ലേ...

“ജാഗ്രത് സ്വപ്ന സുഷുപ്തിഷു
സ്ഫുടതരാ യാ സംവിദുജ്ജൃംഭതേ
യാ ബ്രഹ്മാദിപിപീലികാന്തതനുഷു
പ്രോതാ ജഗത്സാക്ഷിണീ
സൈവാഹം ന ച ദൃശ്യവസ്ത്വിതി
ദൃഢപ്രജ്ഞാപി യസ്യാസ്തി ചേത്
ചണ്ഡാലോ?സ്തു സ തു ദ്വിജോ?സ്തു
ഗുരുരിത്യേഷാ മനീഷാ മമ.”

ഉണർവിലും ഉറക്കത്തിലും സ്വപ്നത്തിലും സദാ വ്യക്തവും പ്രകടവുമായിക്കൊണ്ടിരിക്കുന്നതും ജഗത്തിനെ മുഴുവൻ പ്രകാശിപ്പിച്ചുകൊണ്ട് ബ്രഹ്മൻ മുതൽ ഉറുമ്പുവരെയുള്ള ശരീരങ്ങളിൽ കോർത്തിണക്കപ്പെട്ടിരിക്കുന്നതുമായ ബോധം തന്നെയാണ് ഞാൻ.

ഉണ്ടാവുകയും മറഞ്ഞു പോവുകയും ചെയ്യുന്ന ജഡവസ്തുക്കളൊന്നും ഞാനല്ല.

ഈ ഉറച്ച ജ്ഞാനം ഒരാൾക്കുണ്ടെങ്കിൽ, അയാൾ ജന്മം കൊണ്ട് ചണ്ഡാളനോ ബ്രാഹ്മണനോ ആയിക്കൊള്ളട്ടെ, അദ്ദേഹമാണ് ഗുരു.

“നീങ്കളെക്കൊത്ത്യാലും ചോരേല്ലെ ചൊവ്വറ്?
നാങ്കളെക്കൊത്ത്യാലും ചോരേല്ലെ ചൊവ്വറ്?
പെന്നെന്ത് ചൊവ്വറ് കുലം പിശക്ന്ന്?
തീണ്ടിക്കൊണ്ടല്ലേ കുലം പിശക്ന്ന്!”

ഉച്ചമയക്കത്തിന്റെ കാവുതറയിൽ കയറിയിറങ്ങി പൊട്ടൻതെയ്യം നിറഞ്ഞാടുകയാണ്. ചണ്ഡാളവേഷത്തിൽ വന്ന് ശങ്കാരാചാര്യരുടെ ജ്ഞാനമണ്ഡലത്തിൽ തിരിച്ചറിവിന്റെ ജാലകം തുറന്നുകൊടുത്ത പരമശിവൻ.

ആചാര്യസ്മരണയുടെ മഹാകാശത്തിൽ കാലവും ദേശവും ജന്മപരമ്പരകളും ജ്ഞാനരൂപങ്ങളും അലിഞ്ഞൊന്നാവുന്നു.

ഒരു കപ്പ് ചായയുമായി വന്ന കൊച്ചുബ്രഹ്മചാരിയാണ് വിളിച്ചുണർത്തിയത്. ചായകുടിച്ച് മുഖം കഴുകി.

സ്വാമിജിയുടെ മുറിയിലേക്ക് കയറി. നിലത്ത് പുല്ലുപായയിൽ ചമ്രം പടിഞ്ഞിരുന്ന് എന്തോ എഴുതുകയാണദ്ദേഹം. കാൽ തൊട്ടു വന്ദിച്ച് യാത്ര പറഞ്ഞു.

എന്റെ മേൽവിലാസവും ഫോൺനമ്പറും അദ്ദേഹം ഡയറിയിൽ കുറിച്ചെടുത്തു.

"കേരളത്തിലേക്ക് വരാനുണ്ട്. അറിയിക്കാം. കാണാം."

പുറത്തേക്കിറങ്ങി. വാതിൽക്കൽവരെ സ്വാമിജി ഒപ്പം വന്നു.

കുടുമകെട്ടി പാളസ്സാറുടുത്ത എട്ടു പത്തു കുട്ടികൾ. നാലഞ്ച് പശുക്കളും കിടാങ്ങളും.

കുട്ടികൾ വടികളുയർത്തി പശുക്കൾക്കു പിറകെ ഓടുന്നു. പിടി കൊടുക്കാതെ പശുക്കൾ വട്ടം ചുറ്റുകയുമാണ്.

പിറകിൽനിന്ന് സ്വാമിജിയുടെ ചിരി.

"മഠത്തിന്റെ ഐശ്വര്യമാണീ കുട്ടികളും പശുക്കളും."

അദ്ദേഹം എന്റെ തോളിൽ കൈവച്ചു.

"ഗോവർധന്റെ കുഞ്ഞുങ്ങൾ."

പുരി ബീച്ചിൽ ആളുകൾ വന്നുനിറഞ്ഞുകൊണ്ടിരിക്കുന്നു. ഒറ്റയ്കും കൂട്ടായും. കുടുംബമായും ജോഡികളായും. സഞ്ചാരികളും നാട്ടുകാരും. വിദേശികളും സ്വദേശികളും. കാറുകളും ബൈക്കുകളും ഓട്ടോറിക്ഷകളും അവിടവിടെയായി വന്നു നിരക്കുന്നു. ബസ്സിൽ വന്നിറങ്ങുന്നവർ. നടന്നുവരുന്നവർ.

കാണെക്കാണെ കടൽത്തീരം ആൾക്കടലാവുന്നു.

ഇന്ത്യയിലെ പ്രസിദ്ധമായ ബീച്ചുകളിൽ ഒന്ന്. കിഴക്കൻതീരങ്ങളിൽ ചെന്നൈയിലെ മറീനബീച്ചു കഴിഞ്ഞാൽ പ്രധാനപ്പെട്ടത്. ഇവിടുത്തെ ബീച്ച് ഫെസ്റ്റിവൽ വലിയൊരു ടൂറിസം ആഘോഷമാണ്.

മുന്നിൽ ബംഗാൾ ഉൾക്കടൽ. പോക്കുവെയിന്റെ പീതികാന്തിയിൽ തിളങ്ങുന്ന പൂഴിത്തരികളിൽ അലയടിച്ചു പതഞ്ഞുനുരഞ്ഞ് കയറിയിറങ്ങിപ്പോവുന്ന തിരമാലകൾ. കടലിരമ്പം. മണൽപ്പരപ്പിലെ

ആരവങ്ങൾ. പിറകിൽ കുന്നിൻചെരുവിലെവിടേക്കോ മറയാൻ ശ്രമിക്കുന്ന സൂര്യൻ. അവിടവിടെയായി കാറ്റാടി മരങ്ങൾ. വിളക്കുകാലുകളും പരസ്യബോർഡുകളും.

കടലവിൽപ്പനക്കാർ. കളിപ്പാട്ടവിൽപ്പനക്കാർ. പഴക്കച്ചവടക്കാർ. ഒട്ടകസവാരിക്കാർ. കുതിരസവാരിക്കാർ. വിനോദവേലക്കാർ.

ഒഴിഞ്ഞ ഒരു ഭാഗത്ത് മണൽത്തരികൾ തട്ടിത്തെറുപ്പിച്ചുകൊണ്ട് അങ്ങോട്ടുമിങ്ങോട്ടുമോടുന്ന കുറേ കുട്ടികൾ. മുഷിഞ്ഞു കീറിയ വസ്ത്രം. മെലിഞ്ഞുണങ്ങിയ ശരീരം. മണൽവാരിയെറിയുന്നു. കൂകിവിളിക്കുന്നു. ചാടിമറിയുന്നു.

നടുവിൽ മണൽത്തിട്ടയിൽ വിശ്രമം കൊള്ളുന്ന രണ്ടുമൂന്നു പശുക്കൾ.

"ഗോവർധന്റെ കുഞ്ഞുങ്ങൾ."

വൈദ്യുതദീപപ്രഭയിൽ പുരി ബീച്ച് വെട്ടിത്തിളങ്ങി. ഇരുട്ടിൽ നിന്നു കരയിലേക്ക് കയറിവരുന്ന വെളുത്ത നുരകൾ.

ശിരസ്സിൽ ഇറ്റുവീണത് അടിച്ചുചിതറിയ കടൽത്തുള്ളികളോ. മഴത്തുള്ളികളോ.

4

കല്ലുകൊണ്ടെഴുതിയ ആദിത്യഹൃദയം

"എന്തിനാവാം ഈ യാത്രയിലുടനീളം മഴ എന്നെ വിടാതെ അനുഗമിക്കുന്നത്!"

നീണ്ട വയലോരത്ത് നിരനിരയായി വെൺചാമരം വീശുന്ന ആറ്റുവഞ്ചിപ്പൂക്കളുടെ കാഴ്ചയെ മായ്ച്ചുകൊണ്ട് ബസ്സിന്റെ ചില്ലുജാലകത്തിൽ വീണുതെറിക്കുന്ന മഴത്തുള്ളികളോടാണ് ചോദ്യം.

ഒരാഴ്ചയ്ക്കുമുമ്പ് വീട്ടിൽനിന്നിറങ്ങുമ്പോഴും നിനയാതെ മഴ പെയ്തിരുന്നു.

ചോദ്യങ്ങൾ ചോദിച്ചുകൊണ്ടേയിരിക്കുക. ഉത്തരം എവിടെനിന്നെങ്കിലും വരും.

വയലുകളും ചെറുഗ്രാമവും പിന്നിട്ട് ചന്ദ്രഭാഗാനദിയെച്ചുറ്റി കൊണാറക്കിൽ വന്നിറങ്ങുമ്പോഴേക്കും മഴ ശമിച്ചിരുന്നു. ലവണസാന്ദ്രമായ തണുത്ത കാറ്റുമാത്രം.

ടൂറിസ്റ്റുകളും ഗൈഡുകളും തട്ടുകച്ചവടക്കാരും നിറഞ്ഞുപുളഞ്ഞ കൊച്ചുതെരുവ്. മഴ നനഞ്ഞ കാട്ടുമയിലിനെപ്പോലെ. വീതി കുറഞ്ഞ നിരത്ത്. ഒന്നിൽനിന്ന് ചുറ്റി മറ്റൊന്നിലേക്കു കയറിപ്പോകുന്ന പാതകൾ. ചെളി ചവുട്ടാതെ കവച്ചുവച്ചും ചാടിയും മുന്നോട്ടു നീങ്ങവേ വീണ്ടും മഴ.

ഒരു കടത്തിണ്ണയിലേക്ക് ഓടിക്കയറി. മുഷിഞ്ഞ വസ്ത്രം ധരിച്ച പ്രാകൃതരൂപികളായ അഞ്ചാറ് മനുഷ്യർ അവിടവിടെയായി കൂനിക്കൂടിയിരുപ്പുണ്ട്.

"ഹോ, വല്ലാത്ത മഴ" പറഞ്ഞത് ഉച്ചത്തിലായിപ്പോയി.

"സാരമില്ല. ഇപ്പോൾ തോരും." പിന്നിൽനിന്നൊരു മലയാളമൊഴി.

"ഈശ്വരാ ഞാനിപ്പോഴും പുരിമഠത്തിൽത്തന്നെയാണോ!" അമ്പരന്ന് തിരിഞ്ഞുനോക്കി. പിന്നിലിരിക്കുന്നവർക്കിടയിൽനിന്ന് ഒരാൾ എന്നെ നോക്കി ചിരിക്കുന്നു.

മുഷിഞ്ഞുകീറിയ ഒരു നീണ്ട സ്റ്റോൺവാഷ് കുപ്പായം. നിറം മങ്ങിയ വണ്ണമുള്ള ജീൻസ്. തോളിലൊരു കാൻവാസ്സഞ്ചി.

"ആരാണ്?" ചെറിയ അങ്കലാപ്പോടെ അടുത്തേക്ക് ചെന്നു.

"ഞാൻ രാജൻ."

"ഇവിടെ?"

"അലഞ്ഞുതിരിഞ്ഞെത്തിയതാണ്."

"എന്തു ചെയ്യുന്നു."

"എന്താണെന്നു ചോദിച്ചാലൊന്നുമില്ല. ചിത്രങ്ങൾ വരയ്ക്കാറുണ്ട്." പതിഞ്ഞ സ്വരം.

അവിടവിടെയായി വളർന്നുനിൽക്കുന്ന മുഖരോമങ്ങൾക്കിടയിൽ ശാന്തമായ കണ്ണുകൾ. സൂക്ഷിച്ചുനോക്കി. എവിടെയോ കണ്ടുമറന്നതുപോലെ. കുറേനേരം ആ മുഖത്തേക്ക് നോക്കിനിന്നു.

ജി. അരവിന്ദന്റെ 'എസ്തപ്പാൻ'.

"രാജൻ കാക്കനാടൻ?!" സംശയത്തോടെയാണ് ചോദിച്ചത്.

"അതെ."

ചില യാത്രകൾ അങ്ങനെയാണ്. അപ്രതീക്ഷിതമായ ചില അനുഭവങ്ങൾ കരുതിവയ്ക്കും.

ആ കണ്ണുകളിലേക്ക് ഒന്നുകൂടി നോക്കി. വിഖ്യാതനായ ചിത്രകാരൻ. സഞ്ചാരസാഹിത്യകാരൻ. അഭിനേതാവ്. നിത്യസഞ്ചാരി. നോവലിസ്റ്റ് കാക്കനാടന്റെ സഹോദരൻ. സൗമ്യനും ശാന്തനും.

‘മേൽവിലാസവും നിഴലുമില്ലാത്തവൻ’.

ഏറെ കൊതിച്ചിരുന്ന സാമീപ്യം. കുട്ടിക്കാലം മുതലേ എന്നിൽ രൂഢമൂലമായ ചിത്രകലാഭിമുഖ്യം തരളിതമായി.

ഒമ്പതാം ക്ലാസുമുതൽ പൊറ്റക്കാടിനെ വായിച്ചു മനോയാത്ര നടത്തിയ എന്നെ സഞ്ചാരപ്രിയനാക്കിയത് ഒരു ഒറ്റവായനയാണ്. രാജൻ കാക്കനാടന്റെ ‘അമർനാഥ് ഗുഹയിലേക്ക്’. തീവ്രമായ മാനസികാനുഭവമായി യാത്ര ഉള്ളത്തിൽ നിറയുകയായിരുന്നു. ജീവിതത്തിന്റെ നേരും യാത്രയുടെ അനുഭൂതിയും ഒരു പെയിന്റിങ്ങിലെന്നപോലെ ഹൃദയത്തിൽ നിറച്ചാർത്തിടുകയായിരുന്നു.

‘അമർനാഥ് ഗുഹയിലേക്ക്’, ‘ഹിമവാന്റെ മുകൾത്തട്ടിൽ’. രണ്ടേരണ്ടു സഞ്ചാരകൃതികൾ മാത്രം. യാത്രയെഴുത്തിന്റെ നവനീതങ്ങൾ.

മെലിഞ്ഞുനേർത്ത ആ കൈകളിൽ പതുക്കെ സ്പർശിച്ചു. “ഇവിടെ വന്നിട്ട് രണ്ടുമൂന്നു ദിവസമായി. ഒരു ആർട്ടിസ്റ്റ് ക്യാമ്പുണ്ടായിരുന്നു. കൊല്ലത്തുനിന്ന് ജയപാലപ്പണിക്കർ വന്നിരുന്നു. ഇന്നലെ മടങ്ങി. ഞാനിന്ന് രാത്രി ദൽഹിയിലേക്ക് പോകും.”

തൊട്ടടുത്ത കടയിൽനിന്ന് അദ്ദേഹം രണ്ടു ചായവാങ്ങി. ഒരു കപ്പ് എനിക്കു നീട്ടി.

എപ്പോഴെങ്കിലും ഒരു ഇന്റർവ്യൂ ചെയ്യണമെന്ന് കൊതിച്ചതാണ്. ഒരുപാട് ചോദിച്ചറിയാനുണ്ടായിരുന്നു. മൗനം കൊതിക്കുന്ന മുഖഭാവം കണ്ടപ്പോൾ സാഹസത്തിനു മുതിർന്നില്ല. ഹ്രസ്വമായ ചില സംസാരങ്ങൾ.

“ഇന്ന് വലിയ തിരക്കു കാണുന്നില്ല. പോയി കാണൂ.” സഞ്ചി തോളിലിട്ട് അദ്ദേഹം ഇറങ്ങി. ക്യാമറയെടുത്ത എന്നെ കൈയാംഗ്യം കൊണ്ട് വിലക്കി.

“കാണാം.” കൈവീശി നടന്നുമാഞ്ഞു.

മഴ തോർന്നിരുന്നു. ഇറങ്ങി വലത്തോട്ടു തിരിഞ്ഞു. നേരെ മുന്നിൽ ശാന്തഗംഭീരമായി തലയുയർത്തിനിൽക്കുന്ന സൂര്യക്ഷേത്രം. ചാരമേഘങ്ങൾ മൂടിനിൽക്കുന്ന ആകാശത്തിലേക്ക് ഭീമാകാരമായി നിവർന്നുനിന്നുകൊണ്ട് പ്രപഞ്ചത്തെ അഭിവീക്ഷണം ചെയ്യുന്നു.

കൊച്ചുകൊച്ചു കടകൾക്കിടയിലൂടെ മുന്നോട്ടു നടക്കുമ്പോൾ കാർമേഘശകലങ്ങൾ മാഞ്ഞുതുടങ്ങിയിരുന്നു.

ഞാൻ അങ്ങോട്ടു നടക്കയോ. ആ ശിലാലോകം ഇങ്ങോട്ടുവരികയോ.

'കോണ', 'അർക്ക'. രണ്ടു പദങ്ങൾ. 'കൊണാറക്'. 'കോണ' എന്നാൽ ദിക്ക്. കിഴക്കു ദിക്കിലെ അർക്കൻ. പുരിയിൽനിന്ന് മുപ്പത്താറ് കിലോമീറ്റർ ദൂരം. കിഴക്കൻ കടൽത്തീരത്തു തന്നെ.

ഭാരതത്തിൽ പ്രധാനപ്പെട്ട സൂര്യക്ഷേത്രങ്ങളിൽ പടിഞ്ഞാറ് ഗുജറാത്തിലെ മൊധേര സൂര്യക്ഷേത്രം. കിഴക്ക് ഒഡിഷയിൽ കൊണാറക്ക് സൂര്യക്ഷേത്രം.

കാശ്മീരിലെ അനന്തനാഗിലുള്ള മർത്താണ്ഡ് സൂര്യക്ഷേത്രം. ഉത്തരാഖണ്ഡിലെ കട്ടർമൽ. ആന്ധ്രയിലെ അരസവല്ലി. അങ്ങനെ ഏതാണ്ട് ഇരുപതോളം സൂര്യക്ഷേത്രങ്ങളുണ്ട് ഇന്ത്യയിൽ. കോട്ടയത്തെ ഇരവിമംഗലത്തുള്ള ആദിത്യപുരം സൂര്യക്ഷേത്രമാണ് കേരളത്തിൽ പ്രധാനപ്പെട്ടത്.

വെയിലിന്റെ പീതകാന്തിയിൽ കുളിച്ചുനിൽക്കുന്ന ശിലാശില്പസാമ്രാജ്യം ഇതാ തൊട്ടുമുന്നിൽ. എന്നോ പുണ്യം വറ്റിപ്പോയ ചന്ദ്രഭാഗാനദിക്കരയിൽ. ഇരുപത്തിനാല് ചക്രങ്ങളിൽ. ഏഴു കുതിരകൾ വലിക്കുന്ന രഥത്തിൽ.

മനുഷ്യജീവിതത്തിന്റെ സമസ്തഭാവവും ശരീരത്തിൽ വഹിച്ച്. നൂറ്റാണ്ടുകളുടെ രാസപരിണാമങ്ങൾ ഏറ്റുവാങ്ങി. ചരിത്രങ്ങൾക്കു സാക്ഷിയായി. സ്ഥൂലരൂപിയായ ഒരു മഹാകാവ്യം. കല്ലിന്റെ ഛന്ദസ്സും കല്ലുളികൾ തീർത്ത അലങ്കാരപ്പൊലിമയുമുള്ള ശിലാകാവ്യം. കാവ്യബിംബപ്രതീകങ്ങൾ നിറഞ്ഞ രസാനുഭൂതി.

ഭാരതത്തിലെ സപ്താദ്ഭുതങ്ങളിൽ ഒന്ന്. 'യുനെസ്കോ'യുടെ ലോകപൈതൃകപ്പട്ടികയിലുൾപ്പെട്ട നാഷനൽ മോണിമെന്റ്.

യൂറോപ്യൻ നാവികർ 'ബ്ലാക്ക് പഗോഡ' എന്ന് വിളിച്ചു. കൊണാറക് സൂര്യക്ഷേത്രവും പുരിയിലെ ജഗന്നാഥക്ഷേത്രവും. വെളുത്ത ഗോപുരമുള്ള പുരി 'വൈറ്റ് പഗോഡ'. കറുത്ത ഗോപുരമുള്ള കൊണാറക് 'ബ്ലാക്ക് പഗോഡ'.

കടൽസഞ്ചാരികൾക്ക് എന്നും തീരസൂചനകൾ.

പതിമൂന്നാം നൂറ്റാണ്ടിൽ ഗംഗേയരാജാവായ നരസിംഹദേവൻ ഒന്നാമനാണ് ഈ ക്ഷേത്രം പണികഴിപ്പിച്ചത്. പന്ത്രണ്ട് വർഷം കൊണ്ട്.

അത്രയും കാലം രാജ്യത്തെ നികുതിവരുമാനം മുഴുവൻ ഉപയോഗി ച്ച്

വിഖ്യാത ശില്പകലാചാര്യനായ വിദ്വാൻ ബിസുമഹാറാണയുടെ നേതൃത്വത്തിൽ ആയിരത്തി ഇരുന്നൂറ് കലാകാരന്മാരുടെ തപസ്സിന്റെ സർഗസാക്ഷ്യം.

എല്ലാ പണികളും കഴിഞ്ഞു. ശ്രീകോവിൽഗോപുരമുകളിൽ ആ ദിവ്യശില സ്ഥാപിക്കണം. ആമലകീശില.

ഏതുസമയത്തും സൂര്യരശ്മി ഉള്ളിലെ സൂര്യവിഗ്രഹത്തിൽ പതിക്കുന്ന കാന്തക്കല്ല്. കിരീടമകുടത്തിൽ. അറുപത്തിരണ്ട് സെന്റീ മീറ്റർ വ്യാസമുള്ള നെല്ലിക്കയുടെ ആകൃതിയിൽ.

പഠിച്ച സകലവിദ്യകളും പ്രയോഗിച്ചു. ബിസു മഹാറാണ വിയർക്കുകയാണ്. പറ്റുന്നില്ല.

അതാ കയറിവരുന്നു. ഈറൻവസ്ത്രമണിഞ്ഞ ഒരു ബാലൻ. ചന്ദ്രഭാഗാനദി സമുദ്രത്തിൽ പതിക്കുന്ന സംഗമസ്ഥാനത്തു സ്നാനം ചെയ്ത് നനഞ്ഞ ഉടലോടെ. ഉറച്ച കാൽവയ്പ്പുകളോടെ. മൃദുമന്ദഹാസത്തോടെ. തേജോരൂപിയായ ഒരു ബാലൻ.

ഇത്രകാലവും പിതാവിനെ അന്വേഷിച്ച് അലഞ്ഞുകൊണ്ടിരുന്നവൻ. ധർമ്മപദൻ. ബിസുമഹാറാണയുടെ പുത്രൻ.

ഗോപുരമുകളിലേക്ക് ഓടിക്കയറി പിതാവിനെ വണങ്ങി. അനുമതിയോടെ ശില ഉറപ്പിച്ചു.

ബിസുമഹാറാണ പുത്രനെ ആലിംഗനം ചെയ്ത് കരഞ്ഞു. വെൺമേഘശകലങ്ങളെ വകഞ്ഞുമാറ്റി ആദിത്യദേവൻ ആ പിതൃപുത്രസമാഗമത്തിന് സാക്ഷിയായി.

ധർമ്മപദന്റെ കണ്ണുകളിൽ സൂര്യതേജസ്സ്. പിതാവിന്റെ യശസ്സിനു ഒരിക്കലും കോട്ടം വരരുത്. പ്രത്യേകിച്ച് താൻ കാരണം. ദൃഢചിത്തനായ ആ കുട്ടി ചന്ദ്രഭാഗനദിയിൽ ചാടി ജീവൻ വെടിഞ്ഞത്രേ.

ഉളിയന്നൂരിലെ പെരുന്തച്ചന്റെ കഥ. ബേലൂരിലെ ജഗന്നാചാരിയുടെ കഥ. പുരാവൃത്തങ്ങളിലെ യാദൃശ്ചികതകൾ. സമാനതകൾ. ഭവാനാപ്പൊരുത്തങ്ങൾ. കാലഭേദവും ദേശഭേദവും കടന്നു പരക്കുന്ന ജീവിതപ്പൊരുളുകൾ.

അന്നു വറ്റിപ്പോയീ ചന്ദ്രഭാഗയുടെ പുണ്യം.

ആ മഹാത്യാഗം ഒരു ദുശ്ശകുനമായാണ് നരസിംഹദേവൻ തിരിച്ചറിഞ്ഞത്. സംഭവിക്കാൻ പാടില്ലാത്തത്. തടയേണ്ടിയിരുന്നത്.

'ഇന്നുമുതൽ ഇവിടെ ആരാധനയില്ല.' അസന്നിഗ്ധമായ രാജശാസനം.

ഈ നിമിഷം വരെ ഒരിക്കലും കൊണാറക്കിൽ ആരാധന നടന്നിട്ടില്ല. അത് ചരിത്രസത്യം.

ഉത്തുംഗമായ ശിലാമകുടങ്ങളിൽ കാലത്തിന്റെ ചില കോറിയിടലുകൾ മാത്രം.

ഊഷരമായ കടൽക്കാറ്റ് ഭക്ഷിച്ച് അത് ചിരംജീവിയായി നില കൊള്ളുന്നു.

പരിണിതികൾ അതിജീവിച്ച് യുഗാന്തരങ്ങളായി കാത്തിരിക്കയാണ് ഈ സൗരയൂഥം. അനന്തപഥങ്ങൾ താണ്ടി കലയുടെ പ്രകാശധോരണിയിൽ അഭിരമിക്കാൻ വരുന്ന ഓരോ യാത്രികനും വേണ്ടി.

കറുത്ത കോട്ടണിഞ്ഞ ഗൈഡുകൾ കാക്കകളെപ്പോലെ ചുറ്റിപ്പറക്കുന്നു.

വെയിൽ തെളിഞ്ഞിരിക്കുന്നു. കടൽക്കാറ്റ് ചെറുങ്ങനെ വീശിയെത്തുന്നുണ്ട്.

നാട്യമണ്ഡപം, ഭോഗമണ്ഡപം, ജഗന്മോഹനമണ്ഡപം, ഗർഭഗൃഹം. നാലു ഭാഗങ്ങളായിട്ടാണ് ക്ഷേത്രം.

നാട്യമണ്ഡപം ഉൾക്കൊള്ളുന്ന മുഖമണ്ഡപത്തിന്റെ പടികൾക്കിരുവശവും ആനയെ കീഴടക്കിയ സിംഹങ്ങളുടെ കൂറ്റൻപ്രതിമ.

ചുമരിൽ പല നിരകളിലായി സംഗീത - നൃത്ത ശില്പങ്ങൾ. വാദ്യകാരന്മാരുടെ ശില്പങ്ങൾ ഒരു നിരയിൽ. വിവിധ പോസിലുള്ള നൃത്തഭാവങ്ങൾ മറ്റൊരു നിരയിൽ. ഈ നൃത്തശില്പങ്ങളിൽ നിന്നാണത്രേ 'ഒഡിസ്സി' നൃത്തം വികസിച്ചത്.

മുഖമണ്ഡപത്തിനു മുകളിൽനിന്ന് അകത്തേക്കിറങ്ങാൻ മൂന്നു കവാടങ്ങളാണുള്ളത്. ഏതിലൂടെ നോക്കിയാലും ഭോഗമണ്ഡപത്തിന്റെ പ്രധാനകവാടം നേർരേഖയിലാണ് കാണപ്പെടുക. പുരാതനമായ വാസ്തുശില്പവിരുതിന്റെ നേരനുഭവം. മുഖമണ്ഡപത്തിന്റെ ഇടതുഭാഗത്ത് ധ്യാനമണ്ഡപം.

മുഖമണ്ഡപം കടന്ന് താഴെ മുറ്റത്തേക്കിറങ്ങി. സന്ദർശകർ. ഗൈഡുകൾ. ഫോട്ടോപിടുത്തക്കാർ.

ഒറ്റതിരിഞ്ഞ് വശത്തേക്ക് മാറി. ഒരു വിഹഗവീക്ഷണം.

നാട്യമണ്ഡപമൊഴികെ മറ്റുഭാഗങ്ങളൊന്നിച്ച് രഥത്തിന്റെ മട്ടിലാണ്. എഴു കുതിരകൾ വലിക്കുന്ന സൂര്യരഥം. ഇരുവശങ്ങളിലായി ഇരുപത്തിനാല് ചക്രങ്ങൾ.

ജഗന്മോഹനമണ്ഡപത്തിന്റെ തെക്കും വടക്കുമായി ആറുവീതം. ഭോഗമണ്ഡപത്തിന്റെ ഇരുവശങ്ങളിലായി നാലുവീതം. ഭോഗമണ്ഡപത്തിന്റെ പടിക്കിരുവശവും രണ്ടുവീതം.

ഓരോ ചക്രവും ഓരോ മണിക്കൂർ. സൂര്യഘടികാരങ്ങൾ. എട്ട് ആരക്കാലുകൾ വീതം. ചക്രമധ്യത്തിൽ വിരൽവയ്ക്കുമ്പോഴുള്ള നിഴൽ വന്നുവീഴുന്ന ആരക്കാൽ നോക്കി സമയം നിർണയിക്കാം.

ആരക്കാലുകളുടെ മധ്യത്തിൽ മിനിയേച്ചർ ശില്പങ്ങളുണ്ട്. ജീവിതാവസ്ഥകളുടെ പ്രതീകങ്ങളാണവ. ഒരു ചക്രത്തിൽ സ്ത്രീയുടെ പ്രഭാതം മുതൽ രാത്രിവരെയുള്ള കർമ്മങ്ങൾ. നൃത്തരംഗങ്ങളാണ് മറ്റൊരു ചക്രത്തിലുള്ളത്. വേറൊന്നിൽ വിവിധ ദേവതകൾ.

രഥത്തിന്റെ അടിത്തട്ടിൽ ചക്രങ്ങൾക്കിടയിലുള്ള ഭാഗങ്ങൾ നിറയെ പലവിധ ശില്പങ്ങൾ. കണ്ണാടിയിൽ മുഖം നോക്കുന്ന സുന്ദരി. മദ്ദളം കൊട്ടുന്ന യക്ഷി. ഓടക്കുഴലൂതുന്ന ഗോപിക. ഭൈരവൻ. വിശ്വാമിത്രനും മേനകയും. നാഗകന്യക... അങ്ങിനെ അങ്ങിനെ.

ക്ഷേത്രച്ചുമരിന്റെ വലതുവശം പകലാണ്. ഇടത് രാത്രിയും. ചുമരുകൾ ചുറ്റോടുചുറ്റും ശില്പങ്ങളാണ്. പല തരങ്ങളിലായി, പല നിരകളിലായി. സൂക്ഷ്മവും സ്ഥൂലവുമായ കൊത്തുപണികൾ.

ഭോഗമണ്ഡപത്തിന്റെ വലതുഭാഗത്തെ ചുമരിൽ രതിശിൽപ്പങ്ങൾ. നിരന്തരയുദ്ധം മൂലം രാജ്യത്തെ ജനസംഖ്യ കുറയുകയാണ്. ജനങ്ങളിൽ ഭൗതികജീവിതതാൽപര്യം വളർത്തിയെടുക്കണം. വാത്സ്യായനപാഠങ്ങൾ കൊത്തിവയ്ക്കാൻ നരസിംഹദേവനാണ് നിർദേശിച്ചത്.

തെക്കുവശത്തെ ചുമരുകളിൽ രാജസഭയും രാജകീയദമ്പതികളും. യുദ്ധം നയിക്കുന്ന രാജാവ്. സായുധരായ സൈനികർ. ചതു

രംഗപ്പട. ചെറുതും വലുതുമായ പാനലുകൾ.

വിവാഹഘോഷയാത്ര, കമ്പവലി. ജീവിതത്തിന്റെ സകല മേഖലകളും ശില്പനിർമിതിക്ക് വിഷയീഭവിച്ചിരിക്കുന്നു.

കാഴ്ചക്കിടയിൽ ഒരു കൗതുകം. ശില്പങ്ങളുടെ കൂട്ടത്തിൽ ജിറാ ഫും ഹിപ്പോപ്പൊട്ടാമസ്സും. നരസിംഹരാജാവ് ആഫ്രിക്ക സന്ദർശിച്ചിരുന്നത്രേ.

ജഗന്മോഹനമണ്ഡപച്ചുമരുകളിൽ പുരാണകഥാസന്ദർഭങ്ങളാണ്. പല തട്ടുകളായി വിവിധ പാനലുകൾ. രാമായണകഥകൾ. മഹാഭാരതകഥകൾ. ഭാഗവതകഥകൾ....

രഥത്തിന്റെ ഏറ്റവും അടിത്തട്ടിൽ ചുറ്റിലും നീണ്ടനിരയായി വ്യത്യസ്തഭാവത്തിൽ ആനകളുടെ മിനിയേച്ചർ ശില്പങ്ങൾ.

ഇടതുവശത്തെ ശില്പങ്ങൾക്കിടയിൽ വിചിത്രമായ ഒന്ന്. ക്ഷേത്രശില്പിയായ ബിസുമഹാറാണയുടെ ഒരു 'സെൽഫി.' ക്ഷേത്രനിർമ്മിതിക്കുള്ള പ്ലാൻ ഒരു ഫലകത്തിൽ വരച്ചുണ്ടാക്കുന്ന ശില്പിയുടെ സ്വശില്പം.

229 അടി ഉയരമുണ്ടായിരുന്ന ഗർഭഗൃഹഗോപുരം മുക്കാൽഭാഗവും വീണടിഞ്ഞുപോയിരിക്കുന്നു. താഴത്തെ രണ്ടുനിലകൾ മാത്രമേ ബാക്കിയുള്ളൂ.

അതിന്റെ തെക്കും പടിഞ്ഞാറും വടക്കും വ്യത്യസ്തഭാവത്തിലുള്ള മൂന്ന് സൂര്യവിഗ്രഹങ്ങൾ.

ശാന്തഗംഭീരഭാവത്തിലുള്ള പ്രഭാതസൂര്യനാണ് ദക്ഷിണത്തിൽ. ആഭരണങ്ങളുടെ അതിസൂക്ഷ്മമായ കൊത്തുവേല.

പടിഞ്ഞാറ് മദ്ധ്യാഹ്നസൂര്യൻ. തീക്ഷ്ണമായ മുഖഭാവം. വടക്കുഭാഗത്തുള്ള സായാഹ്നസൂര്യൻ ക്ഷീണഭാവത്തിൽ കുതിരപ്പുറത്തിരിക്കുന്ന മട്ടിൽ.

"ശാന്തായ രൗദ്രായ സൗമ്യായ ഘോരായ
കാന്തിമതാം കാന്തിരൂപായതേ നമഃ
സ്ഥാവരജംഗമാചാര്യായ തേ നമഃ......"

എഴുത്തച്ഛന്റെ ആദിത്യഹൃദയം.

ക്ഷേത്രനിർമ്മിതിക്കുപയോഗിച്ച മറ്റ് ശിലകളിൽ നിന്ന് വ്യത്യസ്തമായി കൃഷ്ണശിലകൊണ്ടാണ് ഇവ പണിതിരിക്കുന്നത്.

സൂക്ഷ്മമായ ചെറിയതരികളുള്ള ഈ നീലശിലകൾ കർണാടക ത്തിലെ കാർക്കളയിൽനിന്നുള്ളവയത്രേ.

അകത്തെ പ്രധാനമൂർത്തിയായ സൂര്യവിഗ്രഹം ഇപ്പോഴിവിടെ യില്ല. ബ്രിട്ടീഷുകാർ കടത്തിക്കൊണ്ടുപോയിരുന്ന അത് വീണ്ടെ ടുത്ത് ദൽഹി ആർക്കിയോളജിക്കൽ മ്യൂസിയത്തിൽ സൂക്ഷിച്ചിരി ക്കുന്നു.

വൈദേശികാക്രമണങ്ങളെ ഭയന്ന പുരിയിലെ രാജാവ് സൂര്യ വിഗ്രഹം കൊണാർക്കിൽനിന്നു മാറ്റി മണ്ണിൽ കുഴിച്ചിട്ടു എന്നും പറയ പ്പെടുന്നു. വർഷങ്ങൾക്കു ശേഷം കുഴിച്ചെടുത്ത് പുരിക്ഷേത്രസമുച്ചയ ത്തിലെ ഇന്ദ്രക്ഷേത്രത്തിനുള്ളിൽ സ്ഥാപിച്ചത്രേ. പിന്നീടത് പുറത്തെ ടുക്കാൻ കഴിഞ്ഞില്ല എന്ന് മറ്റൊരു വാദം.

സൂര്യവിഗ്രഹം ഇപ്പോഴും കൊണാർക്കിന്റെ പരിസരത്തെവി ടെയോ മണ്ണിൽ പൂണ്ടുകിടപ്പുണ്ടെന്നു വേറെ ചിലർ.

തർക്കവിതർക്കങ്ങൾ അങ്ങിനെ തുടർന്നുകൊണ്ടേയിരിക്കു ന്നു...

ഗോപുരമുകളിൽ ധർമ്മപദൻ സാഥാപിച്ച അദ്ഭുതകാചം പോർ ച്ചുഗീസ് അക്രമകാരികളാണ് ഇളക്കിയെടുത്തു കൊണ്ടുപോയത്. അവരുടെ കപ്പലുകളിലെ കോമ്പസ്സുകളുടെ പ്രവർത്തനം ഈ കാന്ത ക്കല്ല് തകരാറാക്കിയത്രേ.

ക്ഷേത്രശരീരത്തിന് കാലപ്പഴക്കത്തെൻ അവശത വന്നുകൊണ്ടി രിക്കുന്നു. എല്ലാ മണ്ഡപങ്ങളുടെയും ഭിത്തികൾ വീണുപോവാതി രിക്കാൻ അകത്ത് മണൽനിറച്ചിരിക്കയാണിപ്പോൾ. പുറംഭിത്തികൾ കമ്പിത്തൂണുകൾകൊണ്ട് താങ്ങിനിർത്തിയിരിക്കുന്നു.

കൃഷ്ണശിലയിൽപ്പണിത സൂര്യവിഗ്രഹങ്ങളും ഭോഗമണ്ഡപ കവാടവും ഒഴികെ മറ്റെല്ലാശിലകളും ദ്രവിച്ചുതുടങ്ങിയിരിക്കുന്നു. കടലിൽനിന്നടിക്കുന്ന ഉപ്പുകാറ്റാണത്രേ കാരണം. കാറ്റു തട്ടാതി രിക്കാൻ ക്ഷേത്രസമുച്ചയത്തെ മറച്ചുകൊണ്ട് കടൽക്കരയിൽ കശു മാവ് വച്ചുപിടിപ്പിച്ചിരിക്കയാണ് ഇപ്പോൾ.

പുരാവസ്തു വകുപ്പിന്റെ കീഴിലുള്ള ഈ പൈതൃസ്ഥാനത്തിന് അവരുടെ മേൽനോട്ടത്തിൽ സംരക്ഷണപ്രവർത്തനങ്ങൾ കൃത്യ മായി നടന്നുവരുന്നുണ്ട്.

ശിലാശില്പങ്ങളുടെ ഈ സർവകലാശാല പ്രദക്ഷിണംവച്ച് നടന്നു നടന്ന് കാലുകഴച്ചു. വടക്കുവശത്തെ വിശ്രമത്തണലിലിരുന്നു.

ഭ്രഷ്ടു കൽപ്പിക്കപ്പെട്ട കലാകാരനെപ്പോലെ ആരാധനവിലക്കിയ കലയുടെ ആ മഹാസ്വരൂപം മുന്നിൽ നിശ്ചലമായി നിൽപ്പാണ്.

ആകാശത്ത് നീങ്ങിവരുന്ന കാർമേഘങ്ങൾ. സൂര്യൻ മറഞ്ഞു. മഴ ചാറിത്തുടങ്ങി. ഉണങ്ങിയ ശിലകളിൽ മഴവെള്ളം ഒലിച്ചിറങ്ങുകയാണ്. നിറഞ്ഞുപെയ്യുന്ന മഴയിൽ നനഞ്ഞുകുളിച്ച ശില്പങ്ങൾ സചേതനമാവുന്നോ. മനം നിറയ്ക്കുന്ന ഒരു നവചൈതന്യം കാഴ്ചയിലേക്ക് സന്നിവേശിക്കുന്നു.

ആ ചോദ്യം ചോദിച്ചത് ഞാനായിരുന്നില്ലേ!

"എന്തിനാവാം ഈ യാത്രയിലുടനീളം മഴ എന്നെ വിടാതെ അനുഗമിക്കുന്നത്!"

കാഴ്ചയുടെ അവാച്യമായ പുതുചൈതന്യം അനുഭൂതിയായി മനസ്സിൽ നിറയുമ്പോൾ മഴതന്നെ ഉത്തരം നൽകയാണോ!

ഓരോ ശില്പവും ഇപ്പോൾ കിളിർത്തുവന്നതുപോലെ. പൊയ്യിൽ മുങ്ങിപ്പൊങ്ങി വരുമ്പോലെ. തേജോമയികളായി. ആർദ്രമായി...

പത്തുമിനുട്ടോളം തിമർത്തുപെയ്ത മഴ. കൽത്തുമ്പുകളിൽ അടിച്ചുതെറിക്കുന്ന മഴയുടെ താളം.

സക്കീർഹുസൈന്റെ തബല... ശിവമണിയുടെ ഡ്രംസ്... പെരുവനം കുട്ടൻമാരാരുടെ മേളപ്പെരുക്കം... യാനിയുടെ സിംഫണി...

താളലയത്തിൽ നടനം ചെയ്യുന്ന കാഴ്ചപ്പൊലിമ.

അതെ, മഴ ഉത്തരം നൽകുകയാണ്!

പതുക്കെ മഴ നിലച്ചു. പെട്ടെന്ന് വെയിൽ പരന്നു. നനഞ്ഞ ശിലകൾ സൂര്യതാപത്തിൽ ഉണങ്ങിവരുന്നു.

വ്യത്യസ്തമായ മറ്റൊരു ദൃശ്യചാരുത. ശില്പവിസ്മയത്തിലൊരു പകർന്നാട്ടം!

എഴുന്നേറ്റ് നടന്നു. പുൽത്തകിടിയിലൂടെ ചുറ്റും. അടർന്ന് വീണുപോയ ശില്പഭാഗങ്ങൾ. വളപ്പിൽ പലയിടത്തായി ചിതറിക്കിടക്കുന്നു. വടക്കുഭാഗത്ത് ആനയുടെയും വ്യാളിയുടെയും കൂറ്റൻ പ്രതിമകൾ.

തെക്ക് കുതിരപ്പോരാളിയുടെ ഭീമാകാരപ്രതിമ.

ഓരോ കാലഘട്ടങ്ങളിലായി എത്രയോ ആക്രമണങ്ങൾ ഏറ്റുവാങ്ങിയിരിക്കുന്നു ഈ ക്ഷേത്രം.

ബംഗാൾ സുൽത്താനായിരുന്ന സുലൈമാൻഖാൻ ഖരാനിയുടെ മന്ത്രി കലാപഹദ്ട്. കൊണാറക്കിന്റെ സിംഹഭാഗവും തച്ചുതകർത്തവൻ. ഒറീസയിലെ മിക്ക ക്ഷേത്രങ്ങളും തകർത്തത് ആ കൊലക്കൈകളാണ്. അതിവിശാലമായ ക്ഷേത്രവളപ്പിലെ ശില്പാവൃതമായ നിരവധി കൊച്ചുക്ഷേത്രങ്ങൾ മിക്കതും പൂർണമായി അവർ നശിപ്പിച്ചു.

കിഴക്കുഭാഗത്തുണ്ടായിരുന്ന കൂറ്റൻ ഇരുമ്പുതൂണുകളിലെ നവഗ്രഹവിഗ്രഹങ്ങൾ അക്രമത്തിൽ ഇളകിത്തെറിച്ചുപോയിരുന്നു. അവ ശേഖരിച്ച് മതിൽക്കെട്ടിനു പുറത്ത് സ്ഥാപിച്ച പ്രത്യേകക്ഷേത്രത്തിൽ ഇപ്പോൾ പൂജ നടത്തി വരുന്നുണ്ട്.

ഛത്രപതി ശിവജി എത്തും വരെ അക്രമകാരികൾ ഇവിടം മേഞ്ഞു. ഇവിടെ ഉണ്ടായിരുന്ന അരുണസ്തംഭം പുരി ക്ഷേത്രത്തിനു മുമ്പിലേക്ക് മാറ്റി സ്ഥാപിച്ചത് ശിവജിയാണ്.

മുൻവശത്തെ ആൽമരച്ചുവട്ടിലെത്തി. കുറെ സന്ദർശകർ. വിദേശികളും സ്വദേശികളും. ഒരു വൃദ്ധൻ അവർക്കു നടുവിലിരുന്ന് ക്ഷേത്രചരിതം വിവരിക്കുകയാണ്.

ചന്ദ്രഭാഗ. സുമന്യുമഹർഷിയുടെ മകൾ. അവളെ കാമിച്ച സൂര്യദേവനെ മഹർഷി ശപിച്ചു. ശാപഗ്രസ്ഥനായ സൂര്യൻ ശിലയായി നദിയിൽ ഉറച്ചുപോയത്രേ.

ഒരിക്കൽ കുഷ്ഠരോഗം പിടിപെട്ട ശ്രീകൃഷ്ണപുത്രൻ സാംബൻ രോഗശാന്തിക്കായി തപസ്സു ചെയ്ത് ചന്ദ്രഭാഗാനദിയിൽ കുളിച്ചു. മുങ്ങി നിവർന്നപ്പോൾ മുന്നിൽ പത്മപീഠത്തിൽ ഉറച്ച സൂര്യവിഗ്രഹം. രോഗം മാറിയ സാംബൻ നദിക്കരയിൽ ക്ഷേത്രം പണികഴിപ്പിച്ചു എന്നാണ് കഥ.

ഒറീയമഹാകവി രാധനാഥ് റേയുടെ 'ചന്ദ്രഭാഗ' എന്ന കൃതിയിൽ ഈ പുരാവൃത്തമുണ്ട്.

ചന്ദ്രഭാഗ സമുദ്രത്തിൽ പതിക്കുന്ന സംഗമസ്ഥാനത്ത് ഇന്നും

മാഘപൗർണമിയിൽ ചർമരോഗശാന്തിക്കായി സ്നാനം ചെയ്ത് ഉദയസൂര്യനെ കാണാൻ വിവിധ നാടുകളിൽ നിന്നായി ആയിരങ്ങൾ എത്താറുണ്ടത്രേ.

ചരിത്രവും ഐതിഹ്യവും ഇതാ വീണ്ടും കെട്ടുപിണഞ്ഞ് കുഴഞ്ഞുമറിയുന്നു. നേരിന്റെ നേർരേഖ കണ്ടെത്തുക പ്രയാസം. യുക്തിയുടെ മാപിനി മാറ്റിവച്ച് രണ്ടും ഒരുപോലെ വിശ്വസിക്കുക. മുന്നിലുള്ളത് ഒരു മൂകസാക്ഷിയാണ്.

നൂറ്റാണ്ടുകൾക്കപ്പുറത്തുനിന്ന് ഈ കല്ലുകളിലൂടെ നമ്മോട് സംവദിക്കുന്ന വാസ്തുശില്പികളും കല്ലാശാരിമാരും മനസ്സിന്റെ കുടുസ്സുമുറികൾ തകർത്ത് അനാദിയായ ഒരു സംസ്കൃതിയിലേക്ക് നമ്മെ ഉപനയിക്കുന്നു. ചിരപരിചിതരായ സുഹൃത്തുക്കളെപ്പോലെ.

ചവുട്ടിനടക്കുന്ന മണ്ണിനടിയിൽ തകർത്തെറിഞ്ഞപ്പോൾ പൂണ്ടുപോയ ശില്പഭാഗങ്ങൾ മോക്ഷം കിട്ടാതെ കിടക്കുന്നുണ്ടാവുമോ. അവയുടെ ശിലാഗാത്രങ്ങളിൽ അറിയാതെ പതിഞ്ഞുപോവുന്ന കാൽവയ്പ്പുകൾക്ക് മനസാ മാപ്പു ചോദിച്ച് തിരിച്ചു നടന്നു.

കൊണാറക്കിലെ കടലോരത്ത് ഉഷ്ണലേശമില്ലാത്ത വെയിൽ. നനുത്ത കടൽക്കാറ്റ്. പറങ്കിമാത്തോട്ടത്തിന്റെ ശീതളച്ഛായ.

ഒരു തണലിൽ പൂഴിപ്പരപ്പിൽ തോർത്തുവിരിച്ചു കിടക്കുകയാണ് രാജൻ കാക്കനാടൻ.

"മുഴുവനും കണ്ടോ?" "കൺനിറയെ."

"കല്ലുകൊണ്ടെഴുതിയ ആദിത്യഹൃദയം" അദ്ദേഹം എഴുന്നേറ്റ് ചമ്രം പടിഞ്ഞിരുന്നു. കണ്ണടച്ച് കൈകൾ കൂപ്പി. ശിരസ്സുയർത്തി. പതി ഞ്ഞ സ്വരത്തിൽ ശാന്തമായി ഉരുവിടാൻ തുടങ്ങി.

എഴുത്തച്ഛന്റെ ആദിത്യഹൃദയം.

"സന്താപനാശകരായ നമോ നമഃ
അന്ധകാരാന്തകരായ നമോ നമഃ....."

മുകളിൽ ജ്വലിക്കുന്ന സൂര്യൻ. വെയിലിന്റെ മഞ്ഞപ്പട്ടിൽ ചാറൽമഴയുടെ നൂലിഴകൾ.

5

ദയാനദിയുടെ കണ്ണീരിൽ വെണ്ണിലാവുദിച്ചതാണോ

പടികൾ കയറുമ്പോൾ ഞാൻ അയാളുടെ കൈ പിടിച്ചു.

"Thanks"

മഞ്ഞിച്ച ഒരു പുഞ്ചിരി. താഷി വാങ്ഡെ. തിബറ്റൻ ബുദ്ധഭിക്ഷു. വലതുകാലിൽ ചെറിയ മുടന്ത്. കൈവരി പിടിച്ചുകയറാൻ ആയാസപ്പെടുകയായിരുന്നു.

ധൗളിയിലെ ശാന്തിസ്തൂപത്തിലേക്കുള്ള ഗോവണിപ്പടികൾ.

മുകളിൽ നിറഞ്ഞു പരക്കുന്ന ഇളവെയിൽ. കുളിർകാറ്റ്. ധവളകാന്തിയിൽ വെട്ടിത്തിളങ്ങുന്ന സ്തൂപം.

ധ്യാനബുദ്ധൻ.

വെണ്ണക്കല്ലിൽ തീർത്ത പ്രശാന്തസുന്ദരമായ വിഗ്രഹം. നിമീലിതമായ നേത്രങ്ങൾ. വിടർന്ന ചുണ്ടുകളിൽ കാരുണ്യത്തിന്റെ മന്ദഹാസം. തുടുത്ത മുഖത്തിനിരുവശവും വലംപിരിശംഖുപോലെ നീണ്ട കാതുകൾ.

ശിരസ്സിനു പിറകിൽ പുഷ്പാകാരത്തിലുള്ള പ്രഭാവലയം. കൈകളിൽ ശാന്തിമുദ്ര. വിടർന്ന താമരത്തൽപ്പത്തിൽ പത്മാസനത്തിലുള്ള ഇരിപ്പ്. പിന്നിൽ ഇരുഭാഗത്തായി സിംഹങ്ങളും ആന

കളും.

പടികൾ വലിഞ്ഞുകയറിയ ചെറുക്ഷീണം. ബുദ്ധപ്രതിമയ്ക്കു താഴെ കൽപ്പടവിലിരുന്നു.

താഷി ഫ്ളാസ്കിലെ വെള്ളം പകർന്നുകുടിച്ചു. കർണാടകത്തിലെ ബൈലക്കുപ്പയിൽ ഗവേഷണവിദ്യാർഥിയാണ് അയാൾ. 'ബുദ്ധദർശനം സാധ്യതകൾ-ആധുനികജീവിതത്തിൽ.' അതാണ് പഠനവിഷയം.

പടികളിലൂടെ സന്ദർശകർ കൂട്ടമായി കയറി വരുന്നത് നോക്കി താഷി പറഞ്ഞു:

"God Budha has never have a teacher. He has attained great wisdom with his own effort. His own strength. His own knowledge. His own sanity."

അൽപ്പനേരം എന്റെ മുഖത്തേക്ക് നോക്കി. അയാൾ തുടർന്നു.

"We can achieve perfection in life only by ultimate dedication and sacrifice."

ജീവിതത്തെക്കുറിച്ച് അയാൾ ശുഭാപ്തിവിശ്വാസിയാണ്.

എന്നെപ്പോലെ അയാളും ധൗളിയിൽ ആദ്യമാണ്. എന്റെ കൈപിടിച്ച് അയാൾ എഴുന്നേറ്റു.

വിശാലമായി പരന്നുകിടക്കുന്ന സമതലത്തിനു നടുവിൽ തലയുയർത്തി നിൽക്കുന്ന കൊച്ചുകുന്ന്. കുന്നിനൊരു വെള്ളിക്കിരീടം പോലെ സമാധാനത്തിന്റെ ശ്വേതവീചികൾ പരത്തുന്ന ശാന്തിസ്തൂപം. താഴികക്കുടത്തിന്റെ ആകൃതി.

'ധൗളി' എന്നാൽ ധവളമായത്. വെളുത്തത്.

വീശിവരുന്ന കൊച്ചുകാറ്റിന്റെ തണുപ്പ് കുടിച്ചുകൊണ്ട് സ്തുപത്തെ പ്രദക്ഷിണം വച്ചു.

ചുമരുകളിൽ ചെറുതും വലുതുമായ ശില്പങ്ങളുടെ പാനൽ. ബുദ്ധജീവിതവും ദർശനവും. ബുദ്ധന്റെ കാലടിപ്പാടുകൾ. ബോധിവൃക്ഷം. ബുദ്ധപാദങ്ങളിൽ രണവാൾ സമർപ്പിക്കുന്ന അശോകചക്രവർത്തി. കിടക്കുന്ന ബുദ്ധൻ. കൈയുയർത്തി അനുഗ്രഹിക്കുന്ന

ബുദ്ധൻ. തപസ്സിരിക്കുന്ന ബുദ്ധൻ.

മുകളിലേക്ക് കയറിവരാൻ നിരവധി പടവുകളുള്ള ഗോവണിപ്പടികൾ. മുന്നിൽനിന്നും പിന്നിൽനിന്നും.

പടികളുടെ ഇരുവശത്തുമായി പീതവർണത്തിൽ വലിയ സിംഹപ്രതിമകൾ. മൗര്യസാമ്രാജ്യത്തിന്റെ രാജചിഹ്നം.

പ്ലാറ്റ്ഫോമിൽനിന്നുള്ള ദൂരക്കാഴ്ചയിൽ നടന്നുവന്ന വെട്ടുവഴി കാണാം.

ഭുവനേശ്വറിൽനിന്ന് ബസ്സിൽ പുരിയിലേക്കുള്ള പാതയിൽ ഏഴു കിലോമീറ്റർ യാത്ര. ബസ്സിറങ്ങിത് ഒരു മൺപാതയിലേക്ക്.

കാലിൽ പുരണ്ടത് ചോരയാണോ.

തലേദിവസം പെയ്തമഴയിൽ ചെമ്മണ്ണ് കലങ്ങിയൊഴുകിപ്പരന്നിരുന്നു. പാതയ്ക്ക് ഇരുവശങ്ങളിലായി കുടിലുകളും പണിശാലകളും. കല്ലിൽകൊത്തിയുണ്ടാക്കിയ പ്രതിമകൾ നിരത്തിവച്ചിരിക്കുന്നു. ചുവപ്പു കലർന്ന കല്ലുകൾ.

സഹസ്രാബ്ദങ്ങളുടെ ചരിത്രവഴികളിൽ മണ്ണിനും കല്ലിനും വെള്ളത്തിനും രക്തവർണം.

സിംഹപ്രതിമയെത്തൊട്ട് കിഴക്കോട്ടു നോക്കിയാൽ ദൂരെ അതാ ദയാനദി. നൂറ്റാണ്ടുകൾക്കു മുമ്പ് ചോരച്ചാലൊഴുകിയ കുഞ്ഞുപുഴ.

പുതുയുഗസംക്രമണത്തിന് നാന്ദി കുറിച്ച കലിംഗയുദ്ധത്തിന്റെ മഹാസാക്ഷി.

ദയാനദിക്കിപ്പുറവും അപ്പുറവും പരന്നുകിടക്കുന്ന രണനിലങ്ങൾ. ഈ കുന്നിൽ നിന്നുകൊണ്ട് അശോകചക്രവർത്തി യുദ്ധം വീക്ഷിച്ചു.

കലിംഗത്തിലെ അവസാനത്തെ പുരുഷന്റെ തലയറുത്ത ചോരയിൽ മുക്കിയ കൊടി അതാ ഉയരുന്നു. അശോകൻ യുദ്ധഭൂമിയിലേക്കിറങ്ങിച്ചെന്നു.

കുന്നുകുന്നായി കൂടിക്കിടക്കുന്ന മനുഷ്യശരീരങ്ങൾ. മരിച്ചതും പാതിമരിച്ചതും. കൊടുംക്രൂരത ഘനീഭവിച്ച പോലെ കറുത്തു കട്ട

പിടിച്ച രക്തം. ചുവന്ന കണ്ണീരൊലിപ്പിച്ച് മൂകയായി ഒഴുകുന്ന ദയാനദി. പേടിച്ചരണ്ട കുഞ്ഞിനെപ്പോലെ.

ആർത്തലച്ചു കരയുന്ന കുഞ്ഞുങ്ങളും സ്ത്രീകളും. ശവംതീനിപ്പക്ഷികളുടെയും മൃഗങ്ങളുടെയും മുരൾച്ച. കുറുക്കന്മാർ ഒരിയിടുന്നു. കഴുകന്മാർ ചുറ്റിപ്പറക്കുന്നു. താൻ കീഴടക്കിയത് വിസ്തൃതമായ ഒരു ശവപ്പറമ്പാണോ!!

കുന്നിൻ മുകളിൽ തിരിച്ചെത്തിയ അശോകന് പിന്നെ ഉറങ്ങാൻ കഴിഞ്ഞില്ല. കാതിൽ അശരണരായ കുഞ്ഞുങ്ങളുടെയും സ്ത്രീകളുടെയും ആർത്തനാദം മാത്രം. കണ്ണടയ്ക്കുമ്പോൾ തെളിയുന്നത് അവസാനശ്വാസത്തിനായി പിടയുന്ന ചോരവാർന്ന മുഖങ്ങൾ. കഴുകന്മാർ കൊത്തിവലിക്കുന്ന കബന്ധങ്ങൾ.

പ്രായശ്ചിത്തത്തിനുള്ള പരിദേവനം. മനഃശാന്തിക്കുള്ള പ്രാർഥന.

മരണഗന്ധം വമിച്ച കാറ്റിൽ ശംഖനാദം പോലെ ഒരു മന്ത്രം അലയടിച്ചെത്തി.

"ബുദ്ധം ശരണം ഗച്ഛാമി. സംഘം ശരണം ഗച്ഛാമി"

അശോകൻ ശിഷ്ടജീവിതം ബുദ്ധചരണത്തിൽ സ്വയമർപ്പിച്ചു.

ഈ കുന്നിറങ്ങിയാണ് ബുദ്ധമതം ലോകചരിത്രത്തിലേക്ക് ഒഴുകിപ്പരന്നത്.

താഷി വാങ്ഡ്യു വികാരാധീനനായി. ഈറൻകണ്ണുകൾ തുടച്ച് പരന്നുകിടക്കുന്ന പടനിലങ്ങൾ നോക്കി അയാൾ കൈകൾ കൂപ്പി.

പാടങ്ങളുടെ ഓരം ചേർന്ന് വെള്ളച്ചേല ചുററിയ ദയാനദി ശാന്തമായി ഒഴുകുകയാണ്.

ശാന്തിയുടെ നിലാവുദിച്ച ഈ കുന്നിൽ 1970 ലാണ് സ്തുപം സ്ഥാപിച്ചത്. കലിംഗ നിപ്പോൺ ബുദ്ധസംഘവും ജപ്പാൻ ബുദ്ധസംഘവും ചേർന്ന്. ഫുജി ഗുരുജിയുടെ സഹായവുമുണ്ടായിരുന്നു. താഷി വിവരിച്ചു.

'സധർമ്മവിഹാർ മൊണാസ്ട്രി' എന്നൊരു ബുദ്ധമഠം അവിടെയുണ്ട്. അവിടത്തെ പ്രധാനഭിക്ഷുവിനെ കാണാനാണ് താഷി വാങ്ഡെ വന്നത്. എന്നോട് യാത്ര പറഞ്ഞ് അയാൾ മഠത്തിലേക്ക്

ഇറങ്ങി. കൈപിടിക്കാൻ ഭാവിച്ച എന്നെ അയാൾ ഒരു ചെറുപുഞ്ചിരിയാൽ വിലക്കി.

ബുദ്ധദർശനത്തിന്റെ മഞ്ചാടിക്കുരു പെറുക്കാൻ പുതുജീവിതത്തിന്റെ കുണ്ടുവഴികളിലൂടെ മുടന്തിനടക്കുന്ന ഒരു കുട്ടി.

പിൻപടികൾ ഇറങ്ങിച്ചെല്ലുന്നത് ഒരു പുരാതനക്ഷേത്രത്തിൽ. ധവളേശ്വർക്ഷേത്രം. അശോകൻ പൂജചെയ്തതെന്ന് വിശ്വസിക്കുന്ന ശിവക്ഷേത്രം.

സന്ദർശകരാരുമില്ല. ഏകനായി കാത്തുനിൽക്കുന്ന പൂജാരി നെറ്റിയിൽ കുങ്കുമം വരച്ചുതന്നു. അയാൾ ചൊല്ലിത്തന്ന മന്ത്രങ്ങളുരുവിട്ട് ഞാൻ ആരതി ചെയ്തു. ദക്ഷിണ നൽകിയപ്പോൾ ആ മുഖത്ത് ഉദിച്ച സൂര്യൻ അവാച്യം! അവർണനനീയം!

ക്ഷേത്രമുറ്റത്ത് തണൽ വിരിച്ച മരത്തിനു ചുവട്ടിൽ അൽപ്പനേരം ഇരുന്നു. തണുത്ത കാറ്റ്. കണ്ണടച്ച് മരത്തിൽ ചാരിയിരുന്നു.

ചരിത്രകഥനങ്ങൾ മനസ്സിലേക്ക് പൊങ്ങിവരികയായിരുന്നു.

തെരുവിൽ അനാഥനായി അലഞ്ഞു നടന്നിരുന്ന ദാസീപുത്രനായ ചന്ദ്രഗുപ്തൻ എന്ന ബാലനെ ചാണക്യനു മുന്നിലെത്തിച്ച വിധിനിയോഗം. കാലിൽ ദർഭമുന കുത്തിയപ്പോൾ ഇനി അതുണ്ടാവാതിരിക്കാൻ എല്ലാ ദർഭപ്പുല്ലുകളും പറിച്ചുമാറ്റിക്കൊണ്ടിരിക്കവെയാണ് ചാണക്യൻ ചന്ദ്രഗുപ്തനെ കാണുന്നത്. അവസാനം തന്റെ ഹൃദയത്തിൽത്തറച്ച 'നന്ദവംശം' എന്ന മുള്ളിനെയും ചന്ദ്രഗുപ്തനെ ഉപയോഗിച്ച് മുച്ചൂടും പറിച്ചുകളഞ്ഞു ചാണക്യൻ.

അലക്സാണ്ടറെ തുരത്തിയോടിച്ചുകൊണ്ട് ഭാരതത്തിനുനേരെ വരുന്ന എല്ലാ വിദേശീയാക്രമണങ്ങളെയും മൗര്യവംശം എന്ന പരിചകൊണ്ട് തടയിട്ട ചാണക്യൻ.

ലോകം കണ്ടതിൽവച്ച് ഏറ്റവും മികവുറ്റ രാഷ്ട്രമീമാംസയായ 'അർഥശാസ്ത്രം' എഴുതിയ കൗടില്യൻ. വിഷ്ണുഗുപ്തൻ. ഭൂമിളൻ. അംഗുളൻ.

നന്ദവംശത്തിന്റെ ബുദ്ധിയും കരുത്തുമായിരുന്ന അമാത്യരാക്ഷസനെ ഒരു പോറലുമേൽക്കാതെ തന്റെ അപാരമായ കൗശലംകൊണ്ട് ചാണക്യൻ ചന്ദ്രഗുപ്തന്റെ മന്ത്രിയാക്കി. ആ ചരിതം അതി

മനോഹരമായി ആവിഷ്കരിച്ച വിശാഖദത്തന്റെ 'മുദ്രാരാക്ഷസം' എന്ന നാടകം.

വായിച്ചറിഞ്ഞതും കേട്ടറിഞ്ഞതും കണ്ടറിഞ്ഞതുമായ ചരിത്ര സ്മൃതികളിൽ ദയാനദിയിൽനിന്ന് വീശിവരുന്ന നനുത്തകാറ്റ് അലിഞ്ഞു ചേരുകയായിരുന്നു.

കയറിയും ഇറങ്ങിയും ചെന്നെത്തിയത് അനന്യമായ ഒരു കൽപ്രതിമയ്ക്കരികിൽ. ഉരുണ്ടുപൊങ്ങിനിൽക്കുന്ന വലിയ ഒരു പാറക്കല്ലിന്റെ പകുതിഭാഗത്തിൽനിന്ന് ആനയുടെ അർധശരീരം കൊത്തിയെടുത്തിരിക്കുന്നു. മസ്തകമുയർത്തി പുറത്തേക്കിറങ്ങാനുള്ള ഭാവത്തിൽ.

ബുദ്ധധർമ്മത്തിന്റെ പ്രതീകം.

പാറയുടെ ബാക്കിഭാഗം, വിത്തിൽ തൊടാതെ പാതിമുറിച്ചെടുത്ത മാങ്ങപോലെ.

തൃശൂർപ്പൂരത്തിൽ വടക്കുംനാഥന്റെ ഗോപുരകവാടം തള്ളിത്തുറന്ന് പുറത്തേക്കിറങ്ങുന്ന ഗജവീരനെപ്പോലെ.

1988 ഏപ്രിൽ മാസത്തിലെ 'ഹെറിറ്റേജ്' മാസികയിൽ ധൗളിയെക്കുറിച്ച് വിന്ദുസർ എഴുതിയ ഫീച്ചർ വായിച്ച ഓർമ്മ.

ചാൾസ് ഫാബ്രിയുടെ 'History of the Art of Orissa' എന്ന പുസ്തകത്തിൽ ഈ ശില്പത്തെ പരാമർശിച്ചത് അതിൽ ഉദ്ധരിച്ചിരുന്നു.

മൗര്യകലയിലെ മൃഗശില്പങ്ങളെ രണ്ടായിത്തിരിക്കാം. അലംകൃതവും ശൈലീകൃതവുമായവ. യഥാതഥവും സരളവുമായവ. ധൗളിയിലെ ആന രണ്ടാമത്തെ വിഭാഗത്തിലാണ്.

'അശ്വത്ഥാമാ' എന്നാണ് ഈ ശിലയ്ക്ക് പേർ. മഹാഭാരതയുദ്ധത്തിൽ ദ്രോണരെ വീഴ്ത്താൻ യുധിഷ്ഠിരനെക്കൊണ്ട് പാതിക്കള്ളം പറയിക്കാൻ ഒരുക്കിയ കെണി. അതിനായി കൊല്ലപ്പെട്ട കുഞ്ജരമാവുമോ പാതിയിൽ പണിതു നിർത്തിയ ഈ ആനശില ഓർമ്മിപ്പിക്കുന്നത്!

താഴേക്കിറങ്ങിയാൽ പാറയുടെ പിൻവശത്ത് ശിലാലിഖിതങ്ങളാണ്. അശോകന്റെ ശാസനകൾ. പാലിലിപിയിൽ. ദിവ്യവും ദയാദ്ര

വുമായ രാജശാസനങ്ങൾ. തന്റെ യുദ്ധഭീകരതയിലുള്ള പശ്ചാത്താപം. മനുഷ്യഹൃദയത്തെ കീഴടക്കാൻ സ്നേഹവും കാരുണ്യവും മാത്രമാണ് വഴി എന്ന തിരിച്ചറിവ്. ധർമ്മസംരക്ഷണത്തിനുള്ള തന്റെ ദൃഢനിശ്ചയം. സാമ്രാജ്യം മുഴുവൻ അഹിംസാധർമ്മചാരിയാവണം, അതിനുള്ള പ്രചാരപ്രവർത്തനത്തിൽ എല്ലാവരും സ്വയം പങ്കാളിയാവണം എന്ന രാജകൽപ്പന.

സാമ്രാജ്യത്തിൽ പലയിടങ്ങളിലായി പതിനാല് ശിലാശാസനങ്ങൾ അശോകൻ ചെയ്തുവച്ചിട്ടുണ്ട്. ആദ്യത്തേത് പെഷാവറിൽ ഷാബാസ് ഗർഹിയിലാണത്രേ ഉള്ളത്. ഹസാരജില്ലയിലെ മൻസേര ഗ്രാമത്തിലാണ് രണ്ടാമത്തെത്. മൂന്നാമത്തെത് ഡെറഡൂണിലെ ഖാൽസിയിൽ. ഗുജറാത്തിലെ ഗിർനാർ നഗരത്തിലാണ് നാലാമത്തേത്.

കലിംഗരാജ്യത്തിൽ രണ്ടു ശാസനങ്ങളാണുള്ളത്. ധൗളിയിയിലും ഋഷികുല്യാനദിക്കരിയിലെ ജൗഗധക്കോട്ടയിലും.

പടികളിറങ്ങവേ മൗര്യസാമ്രാജ്യത്തിന്റെ പതനമാണ് മനസ്സിലേക്കു കയറിവരുന്നത്.

മക്കളെയും മന്ത്രിമാരെയും ബുദ്ധമതപ്രചരണാർഥം ലോകത്തിന്റെ വിവിധ കോണുകളിലേക്കയച്ച അശോകൻ. സാമ്രാജ്യം മുഴുവൻ ബുദ്ധസ്മാരകങ്ങൾ പണിത് 'ശാസന'ങ്ങളിലൂടെയും കർമ്മപഥങ്ങളിലൂടെയും മതപ്രചരണം നടത്തി.

അഹിംസാവാദികളായിത്തീർന്ന അശോകനും പിൻഗാമികളും സൈനികശക്തിയെ നിരാകരിച്ചു. ഇന്ത്യ കീഴടക്കാൻ തക്കം പാർത്തിരുന്ന വിദേശികൾ കയറി മേയാൻ തുടങ്ങി.

ചാണക്യബുദ്ധിയിൽ പിറവികൊണ്ട മൗര്യസാമ്രാജ്യപ്രതാപം നാമാവശേഷമായി. കണ്ടവർ കയറി നിരങ്ങുകയായിരുന്നു പിന്നെ ഈ ഭാരതഭൂമിയിൽ. നൂറ്റാണ്ടുകളോളം. ഒരുപക്ഷേ ഏഴാം നൂറ്റാണ്ടിൽ ഗുപ്തസാമ്രാജ്യം ഉദയം ചെയ്യുംവരെ.

ഊഞ്ഞാലിൽ ഒരറ്റത്തിന്റെ പരമാവധിയെത്തിയാൽപ്പിന്നെ മറ്റേ അറ്റത്തേക്ക് ഒറ്റക്കുതിപ്പാണ്. ശമനമില്ലാത്ത യുദ്ധക്കൊതിയുടെ ഉച്ചസ്ഥായിയിൽ ആനന്ദനിർവൃതിപൂണ്ട അശോകജീവിതത്തിന്റെ മറ്റേയറ്റം അണുവിട നിഷ്ഠവിടാത്ത അഹിംസയിരുന്നു. ലോക

സ്വഭാവമാണത്. നക്സൽപ്രസ്ഥാനത്തിൽ യൗവ്വനം ഹോമിച്ചവർ വാർധ്യക്യത്തിൽ സായിഭക്തരും വികാരയച്ചന്മാരുമായതുപോലെ.

ഓട്ടോറിക്ഷയിൽ മടങ്ങുമ്പോൾ ദയാനദിയുടെ പാലത്തിൽ അല്പ നേരം ഇറങ്ങിനിന്നു. മെലിഞ്ഞ ഒരു കൊച്ചുനദി.

മഹാനദിയുടെ കൈവഴിയായ കോയ്ഖൈയുടെ ഇരുശാഖക ളിൽ ഒന്നാണ് ഭാർഗവിനദി. ഭാർഗവി വീണ്ടും മൂന്നായി പിരിയു ന്നു. തെക്കുഭാഗത്തേത് ദയാനദി.

പാലത്തിന്റെ കൈവരിയിൽപ്പിടിച്ച് പടിഞ്ഞാറോട്ട് നോക്കി.

നദീജലത്തിൽ ധൗളിസ്തൂപത്തിന്റെ വെളുത്തനിഴൽ.

ദയാനദിയുടെ കണ്ണീരിൽ വെണ്ണിലാവുദിച്ചതാണോ!!

ഒരു കാർമേഘശകലം ശിരസ്സിൽ മഴത്തുള്ളിയുടെ തീർഥം തളിച്ച് മാഞ്ഞുപോയി.

6

കുമാരിപർവതത്തിലെ ആതിഥേയർ

ഉറക്കത്തിൽ വഴിതെററിയ സ്വപ്നംപോലെ കയറിച്ചെന്നെത്തിയത് ഒരു കുറ്റിക്കാട്ടിലാണ്. ആൾപൊക്കത്തിൽ വളർന്നുനിൽക്കുന്ന പുല്ലുകൾ. മുൾച്ചെടികൾ. അവയ്ക്കിടയിലൂടെ വളഞ്ഞും പുളഞ്ഞും വഴിപിരിഞ്ഞും നീണ്ടു പോകുന്ന ഒറ്റയടിപ്പാത.

ഒന്നുരണ്ടു വളവുകൾ തിരിഞ്ഞപ്പോൾ പിന്നെ അപ്പുറവും ഇപ്പുറവും കാണുന്നില്ല. വഴിയിലൊന്നും ആളില്ല. പാത അവസാനിച്ചു. വിജനമായ പ്രദേശം.

മുന്നിലതാ ഒരു കൊച്ചുകുളം. വൃത്താകൃതിയിൽ. അഞ്ച് മീറ്ററോളം വ്യാസം. അവിടവിടെ ഇടിഞ്ഞ കരിങ്കൽപ്പടവുകൾ. ഒന്നരമീറ്ററോളം ആഴമേ കാണൂ. നിറഞ്ഞുതെളിഞ്ഞ വെള്ളം. പളുങ്കുപോലെ. നിറയെ പരൽമീനുകൾ. വശങ്ങളിൽ ചെറിയ ജലസസ്യങ്ങൾ. പുല്ലിന്റെ ചെറുപൂക്കൾ വെള്ളത്തിൽ വീണു പൊന്തിക്കിടക്കുന്നു.

കരയിൽ ഒരു പേരുപലക. താഴത്തെ സൂചകപ്പലകപോലെ ഒറിയഭാഷയിലാണ്. ഒന്നും മനസ്സിലായില്ല.

കൈകാലുകളും മുഖവും കഴുകി. നല്ല തുണുപ്പ്.

മടങ്ങി. വഴിയിൽ മൂന്നുനാലു പിരിവുകൾ. ഒന്നിലൂടെ നടന്നു. വളഞ്ഞും തിരിഞ്ഞും വന്നെത്തിയത് കുളത്തിനരികിൽ.

ശ്ശെടാ! തിരിഞ്ഞു നടന്നു. ചുറ്റിക്കറങ്ങി പിന്നെയും കുളത്തിനു മുമ്പിൽത്തന്നെ! വീണ്ടും തിരിഞ്ഞു. പഴയപടിതന്നെ!

വേറൊരു വഴിതിരിഞ്ഞ് ഒരു ശ്രമം കൂടി നടത്തി. ഉൾക്കാട്ടിലെത്തിയപോലെ. വേഗം കുളത്തിനടുത്തേക്ക് മടങ്ങി.

ആകെ കുളമായോ! പടവിലെ കല്ലിൽ ഇരുന്നു. കുപ്പിയിലെ വെള്ളം കുടിച്ചു. ഒരു കിതപ്പും വെപ്രാളവും. പാറയിലേക്ക് തലചായ്ച്ചു.

ഉദയഗിരിയിൽ വന്നിറങ്ങിയപ്പോഴേ ഗൈഡുകൾ പൊതിഞ്ഞതാണ്. വിരലിലെണ്ണാവുന്ന സന്ദർശകരേ ഉണ്ടായിരുന്നുള്ളൂ. ടിക്കറ്റ് കൗണ്ടറിനു മുന്നിൽ നിറയെ ഗൈഡുകളും കുരങ്ങന്മാരും. ഗൈഡുകൾ പിന്നാലെക്കൂടി.

"ബീസ് രൂപയേ സാർ"

ഒരാൾ കെഞ്ചി. അവഗണിച്ച് വേഗത്തിൽ നടന്നു. ഒന്നുരണ്ടുപേർ പിന്നാലെ വന്നുനോക്കി. പിടി കൊടുത്തില്ല. സൂചകപ്പലകയിലെ അമ്പടയാളം നോക്കി മുന്നിൽക്കണ്ട പടികൾ കയറിത്തുടങ്ങിയതാണ്.

വയറ്റുപിഴപ്പിനായി സന്ദർശകരെ ആശ്രയിക്കുന്ന ആ പാവങ്ങളുടെ പ്രാക്കാണോ! ഇരുപതുരൂപ പിശുക്കിയതിന്റെ താക്കീതോ!

അതിരൻകല്ലിൽ ചവുട്ടിപ്പോയാൽ ദിക്കുതിരിയാതെ വഴിചുറ്റിപ്പോകുമത്രേ. പഴമക്കാർ പറഞ്ഞുകേട്ടിട്ടുണ്ട്. ചവുട്ടിപ്പോയോ! ഇനി രക്ഷയില്ല.

കുപ്പിവെള്ളം ഒരു കവിൾകൂടി കുടിച്ച് ചാരിയിരുന്ന് കണ്ണടച്ചു. ആരെങ്കിലും വരുമായിരിക്കും.

എല്ലാ യാത്രകളിലും ഒരദൃശ്യശക്തി ആപത്തുകളിൽ കൈപിടിച്ചിട്ടുണ്ട്. കൊച്ചുകുഞ്ഞിനെയെന്നപോലെ. ആ കരം നീണ്ടുവരുമായിരിക്കും. ഉള്ളഴിഞ്ഞ് പ്രാർഥിച്ചു. ങാ, വരുന്നതു വരട്ടെ.

മുകളിൽ മേഘങ്ങളില്ല. കാഠിന്യമില്ലാത്ത ഉച്ചവെയിൽ. ശ്വാസം നിലച്ച കാറ്റ്. നിറഞ്ഞുമൂടിയ കാട്ടുപൊന്തകൾ. കൂർത്തമുള്ളിന്റെ കുന്തം നീട്ടിനിൽക്കുന്ന കുറ്റിച്ചെടികൾ. പുല്ലിൻപൂക്കളുടെ സുഖകരമെന്നോ അസുഖകരമെന്നോ പറയാൻ പറ്റാത്ത ഗന്ധം. വിജനതയുടെ അങ്കലാപ്പ്. ഒറ്റയ്ക്കിരിപ്പിന്റെ ആലസ്യം. വട്ടക്കുളത്തിന്റ ജലസ്പർശം മാത്രം.

ധൗളിഗിരിയിൽനിന്നു മടങ്ങി ഭുവനേശ്വരിലെത്തുമ്പോൾ ഉച്ചയ്ക്ക് പന്ത്രണ്ട് മണിയായിരുന്നു. സമയം പാഴാക്കേണ്ടെന്നു കരുതി അടുത്ത ബസ്സിൽ ഉദയഗിരിയിലേക്ക് പുറപ്പെട്ടു. എട്ടുകിലോമീറ്റർ യാത്ര.

നഗരപ്രാന്തത്തിലുള്ള കുമാരിപർവതത്തിലെ ഇരട്ടശിഖരങ്ങൾ. ഉദയഗിരിയും ഖണ്ഡഗിരിയും.

പാറക്കുന്നുകൾ. ചെമപ്പുകലർന്ന ശിലാമകുടങ്ങൾ. പുരാതന ഗുഹാസമുച്ചയങ്ങൾ. രണ്ടായിരത്തി ഒരുനൂറ് വർഷത്തെ ചരിത്ര സൂക്ഷിപ്പുകൾ. ഗുഹകൾ പലതാണ്. ഉദയഗിരിയിൽ പതിനെട്ടും ഖണ്ഡഗിരിയിൽ പതിനഞ്ചും.

ശിലാലിഖിതങ്ങളിൽ അവയ്ക്ക് 'ലെന' എന്നു പേര്. കലിംഗ രാജാവായിരുന്ന ഖരവേലൻ പണിതവയാണ്.

മുന്നിലെ നടപ്പാതയിൽ എന്തോ ഒരനക്കം. വല്ല കാട്ടുജീവിയു മാണോ! ഇഴജീവിയാണോ! ഒരു കുരങ്ങ്. വായയിലൊരു റൊട്ടി ക്കഷണം. കുളപ്പടവിൽ വന്നിരുന്ന് ആശാൻ ശാപ്പാടുതുടങ്ങി. വെള്ളം മൊത്തിക്കുടിച്ച് വന്നവഴിയേ മടങ്ങുകയാണ്.

പരിരക്ഷയുടെ കരങ്ങൾ ശിരസ്സിൽ തൊടുന്നോ! മനുഷ്യരുള്ള ദിക്കിൽ നിന്നാണ് ഇവന്റെ വരവ്.

എഴുന്നേറ്റ് അവനെ പിന്തുടർന്നു. കുറച്ചപ്പുറത്തെ ഒരു തിരിവി ലെത്തി. രണ്ടു സായിപ്പന്മാരും ഒരു ഗൈഡും. സായിപ്പ് കുരങ്ങന് റൊട്ടിക്കഷണം എറിഞ്ഞുകൊടുത്തു. അവൻ അതുമായി വീണ്ടും കുളക്കടവിലേക്ക്.

കുളത്തിലേക്കുള്ള വഴി ചൂണ്ടി ഗൈഡിന്റെ വിവരണം. മൃഗ ങ്ങൾക്കും പക്ഷികൾക്കും വെള്ളം കുടിക്കാനത്രേ രാജാവ് അവിടെ കുളം പണിതത്. വേനലിലും മഴയിലും ഒരേ നിരപ്പിൽ വെള്ളമുണ്ടാ വും. ഗൈഡിന്റെ വാചാലത.

പരസ്പരം എന്തോ പിറുപിറുത്ത് സായപ്പന്മാർ താഴേക്ക് നട ന്നു. അനുഗമിച്ചിറങ്ങി.

താഴെയെത്തിയതോടെ ദിക്കു തിരിഞ്ഞു. ഇറങ്ങിവന്ന വഴിയി ലൂടെ വെട്ടിക്കെട്ടിയ പുൽക്കൂടുകൾ തലയിലേറ്റി കുറേ സ്ത്രീകൾ

താഴേക്ക് വരുന്നു. മലമ്പണിക്കു പോകുന്ന നാട്ടുകാരുടെ വഴിയാണത്. സന്ദർശകവഴി മറ്റൊരു ഭാഗത്താണ്. ആ സൂചകപ്പലകയിൽ ഇംഗ്ലീഷിലും ഹിന്ദിയിലും എഴുത്തുണ്ട്.

ഉദയഗിരിയുടെ പടികൾ കയറി. മുകളിൽ വിശാലമായ മുറ്റം. ചരിവുകളിൽ പടർന്നുപൂത്ത ബോഗൺവില്ലകൾ. ചെറുമരത്തണലിൽ ചാരുബെഞ്ചുകൾ.

തൊട്ടപ്പുറത്ത് ഖണ്ഡഗിരിയുടെ സമീപദൃശ്യം. ദൂരെ മനംനിറക്കുന്ന നഗരക്കാഴ്ച. നഗരത്തിന്റെ മറുഭാഗത്താണ് ധൗളിഗിരി.

മുറ്റത്തോടുചേർന്നു കാണുന്നത് 'ഹാത്തിഗുംഭ'യാണ്. പ്രകൃതിദത്തമായ വലിയ ഗുഹ. പതിനാലാം നമ്പർ. ആനയുടെ കൊത്തുപണികൾ. മുകൾത്തട്ടിൽ ചെരിഞ്ഞുനിൽക്കുന്ന പാറ. അതിന് താങ്ങായി തൂണുകളും ബിമുകളുമുള്ള ഒരു പോർച്ച് അടുത്തകാലത്ത് പണിതതായിരിക്കണം.

ചെരിഞ്ഞു നിൽക്കുന്ന മേൽച്ചുമരിൽ ഖരവേലന്റെ ശിലാലിഖിതങ്ങൾ. ബ്രാഹ്മിലിപിയിൽ. പതിനേഴ് വരികളുള്ള ഈ ലിഖിതം ജൈനമതത്തിന്റെ അടിസ്ഥാനമായ 'നമോകാർ' മന്ത്രത്തോടെ ആരംഭിക്കുന്നു. മുൻഗാമിയായ മഹാമേഘവാഹകനെ സ്മരിച്ചുകൊണ്ട്. ഖരവേലമഹാരാജാവിന്റെ ജീവിതവും കർമ്മവും.

അനന്തകാലത്തേക്കുള്ള പാരായണത്തിനായി കോറിയിട്ട വചനങ്ങൾ. വന്നുകണ്ട് വെറുതെ വായിച്ചുപോകുന്നവർ. ഒന്നും മനസ്സിലാവാതെ കുറേ നേരം തുറിച്ചുനോക്കിക്കൊണ്ടിരിക്കുന്നവർ. കാചക്കണ്ണുമായി അക്ഷരങ്ങളും വരികളും കൊത്തിപ്പെറുക്കുന്ന ഗവേഷണപടുക്കൾ. ഗൈഡ് വായിച്ചുവിവരിക്കുന്നത് വായുംപൊളിച്ച് കേട്ടുനിൽക്കുന്നവർ.

തൃഷ്ണകൾ ശമിക്കാത്ത വായനകൾക്കായി തുറന്നുവച്ച കല്ലുപുസ്തകം.

ചേതവംശജനായ ഖരവേലന്റെ പണ്ഡിത്യമേഖലകൾ പലതായിരുന്നു. ധനശാസ്ത്രം, വേദാന്തം, നീതിശാസ്ത്രം. രാഷ്ട്രീകന്മാരെയും ഭോജകന്മാരെയും പരാജയപ്പെടുത്തി പശ്ചിമഭാരതം കീഴടക്കിയവൻ. ഡക്കാനിലെ ശാതവാഹകന്മാരെ മുനാശിക്കാത്തവൻ. മൂഷികരാജാ

ക്കന്മാരുടെ പേടിസ്വപ്നം. പുഷ്യമിത്രനെ പരാജയപ്പെടുത്തി അംഗദേശവും ഗയയും കൊള്ളയടിച്ചവൻ. കലിംഗത്തിൽനിന്നും മഗധയിലെ ഹനൂരാജാവ് തട്ടിക്കൊണ്ടുപോയ ജിനവിഗ്രഹം തിരികെപ്പിടിച്ചവൻ.

ഖരവേലനെ ഭയന്ന പാണ്ഡ്യരാജാവ് സമ്മാനങ്ങൾ അയച്ച് പ്രീതിപ്പെടുത്തിയിരുന്നത്രേ. രാജസൂയം നടത്തി ഗോരദഗിരി ചുട്ടെരിച്ച ഖരവേലനെ പേടിച്ച് ഗ്രീക്കുരാജാവായ ഡിമിടിയസ് മഥുരയിലേക്ക് പലായനം ചെയ്തത് ചരിത്രം.

അധികാരത്തിലേറി ആദ്യവർഷം കൊടുങ്കാറ്റിൽത്തകർന്ന നഗരകവാടവും കെട്ടിടങ്ങളും ഉദ്യാനങ്ങളും പുനർനിർമ്മിച്ചു. കുടിവെള്ളത്തിനും ജലസേചനത്തിനും നദിയിൽനിന്ന് നഗരത്തിലേക്ക് തോടു പണിതു. അനാവശ്യനികുതികൾ ഉപേക്ഷിച്ച ജനാധിപത്യഭരണം. ബി.സി 176 മുതൽ 13 വർഷം.

പ്രജാതൽപ്പരൻ. ധർമ്മരാജാവ്. അസാമാന്യപരാക്രമി. അതുല്യഭരണാധികാരി. ഭാവനാസമ്പന്നൻ. സാധുജനസംരക്ഷകൻ. സഹസ്രാബ്ദങ്ങളിലൂടെ പരക്കുകയാണ് ഖരവേലകീർത്തി.

ഹാത്തിഗുംഭയുടെ വശങ്ങളിലും മുകളിലുമായി ഒറ്റമുറികളുള്ള നിരവധി കൊച്ചുഗുഹകൾ. യോദ്ധാക്കൾക്ക് പരിസരനിരീക്ഷണത്തിനോ സന്യാസിമാർക്ക് ഒറ്റക്കിരുന്ന് ധ്യാനിക്കാനോ ആയിരിക്കാം.

വലതുവശത്തെ പടവുകൾ കയറിച്ചെന്നെത്തിയത് 'റാണിഗുംഭ'യ്ക്ക് മുന്നിൽ. റാണിയുടെ ഗുഹ. നമ്പർ ഒന്നാണ്. പാറതുരന്ന് നിർമ്മിച്ച സൗകര്യപ്രദമായ ഇരുനിലകളുള്ള കൊട്ടാരഗുഹ. അന്നത്തെ ഫൈവ്സ്റ്റാർ. ദൂരെനിന്നു നോക്കിയാൽ സ്കൂൾകെട്ടിടമെന്നു തോന്നും.

താഴത്തെ നിലയിൽ നേർനിരയിൽ ആറേഴു മുറികൾ. ഇരുവശങ്ങളിലും മൂന്ന് വീതം. മുറികളുടെ കവാടത്തിനു ചുറ്റും കമനീയ കൊത്തുവേലകൾ.

മുകളിലത്തെ നിലയിൽ തുറന്ന കോറിഡോർ പോലെ പതിനാല് തൂണുകളുള്ള വരാന്ത. നടുനിരയുടെ മുകൾഭാഗത്ത് രാജാവിന്റെ വിജയയാത്രയുടെ നിമ്നോന്നതപടങ്ങൾ–റിലീഫുകൾ. കവാടങ്ങളിൽ

ദ്വാരപാലകർ. ചതുരത്തൂണുകളിൽ ജൈനശില്പങ്ങളും രാജകീയ രംഗങ്ങളും. ശില്പാലംകൃതമായ കമാനങ്ങൾ.

നടുനിരയെ ഇരുവശങ്ങളുമായി ബന്ധിപ്പിക്കുന്ന സ്ഥലത്ത് വന്യമൃഗങ്ങൾ, ഫലസമൃദ്ധമായ മരങ്ങൾ, മനുഷ്യരൂപങ്ങൾ, വാദ്യവാദനം ചെയ്യുന്ന സ്ത്രീകൾ എന്നീ റിലീഫുകളാണ്. വലതുകോണിലുള്ള തൂണുകളിൽ യവനയോദ്ധാക്കളുടെ കൊത്തുപണി.

കോറിഡോർച്ചുമരിന്റെ മുകൾഭാഗത്ത് നിരയായി പലവിധ ശില്പ ങ്ങളുടെ പാനലുകൾ. അശോകനെ പ്രതിരോധിക്കാനുള്ള യുദ്ധത്തിൽ പങ്കെടുക്കുന്ന കലിംഗസ്ത്രീകളും കുട്ടികളും. ശ്രീരാമന്റെ കാനനവാസം. മൃതസഞ്ജീവനിയുമായി ആകാശഗമനം നടത്തുന്ന മാരുതി. നൃത്തരംഗങ്ങൾ.

ഉള്ളിൽ കയറിനോക്കി. ഇടച്ചുമരില്ലാത്ത വീതികുറഞ്ഞ ഒറ്റ ഹാൾ. എയർക്കണ്ടീഷൻ പോലെ സുഖശീതളം. മിനുസമുള്ള തറ. കൊത്തു പണികളില്ലാത്ത ഉൾച്ചുമർ.

റാണിഗുംഭയുടെ മട്ടുപ്പാവ് കുന്നിന്റെ മുകൾത്തട്ടാണ്. പരന്ന പ്രതലം. ഏതോ നിർമ്മിതിക്കായുള്ള തറയൊരുക്കത്തിന്റെ അവശിഷ്ടങ്ങൾ. കയറിനിന്ന് നോക്കിയാൽ വിദൂരക്കാഴ്ചയിൽ ഭുവനേശ്വർനഗരത്തിന്റെ വശ്യത. വീശിവരുന്ന തണുത്ത കാറ്റ്.

റാണിഗുംഭയുടെ വലതുവശത്ത് 'ബജഘരഗുംഭ'. ജൈനസന്യാസികൾക്കായുള്ള അതിഥിമുറികൾ. ശിലാശയ്യയും കൽത്തലയിണയും. സമചതുരത്തൂണുകളിൽ കൊത്തുപണികളൊന്നുമില്ല.

ഇരട്ടനിലയുള്ള 'അളകാപുരിഗുംഭ'യിൽ ഇരയെ വിഴുങ്ങാൻ ശ്രമിക്കുന്ന സിംഹത്തിന്റെ റിലീഫ്. തൂണുകളിൽ ചിറകുള്ള ദേവതകൾ.

ജയവിജയഗുഹയും ഇരട്ടനിലയാണ്. വൃക്ഷാരാധനയുടെ റിലീഫ്. വലിയ കമ്മലുകളും മുത്തുമാലകളും ധരിച്ച് അലങ്കരിച്ച മുടിയുള്ള സുന്ദരിയുടെ പ്രതിമ.

പനാസഗുംഭ, പടലപുരിഗുംഭ എന്നിവ കടന്ന് മൻകപുരി-സ്വർഗപുരി എന്നീ ഇരട്ടഗുഹകളിലെത്തി. ഖരവേലൻ വീണ്ടെടുത്ത ജിനവിഗ്രഹത്തെ ആരാധിക്കുന്ന സ്ത്രീപുരുഷ പ്രതിമകൾ. മൂന്ന് ശിലാ ലിഖിതങ്ങൾ ഇതിലുണ്ട്. ഒന്ന് ഖാരവേലന്റെ രാജ്ഞിയെക്കുറിച്ച്. മറ്റ് രണ്ടിലും അദ്ദേഹത്തിന്റെ പിൻഗാമികളായ

ബദുഖ, കുദേപ സിരി എന്നിവരെക്കുറിച്ച്.

ഹാത്തിഗുഭയും റാണിഗുഭയും കഴിഞ്ഞാൽ പ്രധാനമായത് പത്താംനമ്പർ 'ഗണേശഗുംഭ'. ഹിന്ദു-ജൈനവിശ്വാസങ്ങളുടെ സമന്വയമാണ് ഈ ഗുഹ. ഉൾച്ചുമരിൽ ഒരറ്റത്ത് ഗണേശവിഗ്രഹം. മറ്റേയറ്റത്ത് ജിനവിഗ്രഹം. രണ്ടും റിലീഫ്ശില്പങ്ങൾ. പ്രധാനകവാടത്തിന് ഇരുപുറവും തുമ്പിക്കൈയിൽ പുഷ്പഹാരവുമായി ആന പ്രതിമകൾ.

തൂണുകളുടെ മുകളിൽ ഹനുമാൻപ്രതിമയും നന്ദിവിഗ്രഹവും. ചുമരിൽ വസന്തകന്റെ സഹായത്തോടെ കൗസംബിരാജാവായ ഉദയനനോടൊപ്പം ഒളിച്ചോടിയ ഉജ്ജയിനിരാജകുമാരി വാസവദത്തയുടെ കഥാശില്പങ്ങൾ.

ജംബേശ്വരഗുംഭ, വ്യാഗ്രഗുംഭ, സർപ്പഗുംഭ, ധനഗരഗുംഭ, ഹരിദാസഗുംഭ, ജഗന്നാഥഗുംഭ, റസുയിഗുംഭ. ഉദയഗിരിക്കുന്നിൽ അടുത്തടുത്തായി ഒരു പ്രത്യേക ക്രമമില്ലാതെ സ്ഥിതി ചെയ്യുന്ന ചെറുതും വലുതുമായ ഗുഹകൾ. ഓരോന്നായി കണ്ടിറങ്ങി.

അജന്ത-എല്ലോറ ഗുഹകളുടെ പ്രൗഢിയും ഗാംഭീര്യവും സൗന്ദര്യവും ഇവയ്ക്കില്ല. എങ്കിലും വാസ്തുവിദ്യയിലും സ്ഥലോപയോഗത്തിലും അതിനു സമാനമാണ് ഈ പ്രാചീനഗുഹകൾ. താഴെനിന്ന് നോക്കിയാൽ കാണാത്തവിധം കുന്നിന്റെ മടക്കുകളിലാണ് ഇവ പണിതിരിക്കുന്നത്.

പാറകളിലും ഇടയ്ക്കുള്ള മരങ്ങളിലും നിറയെ കുരങ്ങന്മാരാണ്. കൂടെ കളിക്കാൻ വരും. ഗൈഡുകളെപ്പോലെ മുന്നിൽ നടന്ന് വഴികാട്ടും. എന്തെങ്കിലും തിന്നാൻ കിട്ടണം. ഒന്നും കൊടുത്തില്ലെങ്കിൽ പിണങ്ങിപ്പോകും.

ഉദയഗിരിയിറങ്ങി. ഇനി ഖണ്ഡഗിരിക്കയറ്റം. നൂറിലേറെ പടികൾ. കയറിപ്പോകുന്ന വഴികൾക്കിരുവശവും തലങ്ങും വിലങ്ങുമായി ഗുഹകൾ.

തത്തകളുടെ കൊത്തുപണിയുള്ള ടാറ്റോവഗുംഭ. ദ്വാരപാലകന്മാരോടുകൂടിയ കവാടം. ചൈത്യകമാനം. ചുമരിൽ മൃഗങ്ങളുടെയും പക്ഷികളുടെയും നിമ്നോന്നതശില്പങ്ങൾ. അകത്ത് നർത്തികികളുടെയും ഗന്ധർവന്മാരുടെയും കൊത്തുപണികളുള്ള തൂണുകൾ.

അനന്തഗുംഭ. ആനകൾ, ഹംസങ്ങൾ, തരുണികൾ തുടങ്ങിയ ശില്പങ്ങളാൽ അലംകൃതമായത്.

പാറ പരുക്കനായി കൊത്തിമാറ്റി ഉണ്ടാക്കിയതാണ് ഒമ്പത് ജൈന തീർഥങ്കരവിഗ്രഹങ്ങളുള്ള നവമുനിഗുംഭ.

പന്ത്രണ്ട് കൈകളുള്ള ചക്രേശ്വരിദേവിയുടെ ബാരഭുജി ഗുംഭയിൽ ഇരുപത്തഞ്ച് തീർഥങ്കരന്മാരുടെ പ്രതിമകളുണ്ട്. രണ്ട് പാർശ്വനാഥവിഗ്രങ്ങളുമുണ്ട്.

ഇരുപത്തിനാല് ജൈനതീർഥങ്കരരും രൗദ്രഭാവത്തിലുള്ള ഋഷഭദേവന്റെ മൂന്ന് പ്രതിമകളുമടങ്ങിയ ത്രീശൂലഗുംഭ. ഇതിലെ ശില്പങ്ങൾ പരുക്കനായാണ് കാണപ്പെടുന്നത്.

ഇരുനിലകളുള്ള ഖണ്ഡഗിരിഗുംഭ. ധ്യാനഗുംഭ. അംബികാഗുംഭ. ലളിതിന്ദു കേസരിഗുംഭ. ഏകാദശിഗുംഭ. പേരിട്ടിട്ടില്ലാത്ത ഗുഹകൾ...

പതിനഞ്ചോളം ഗുഹകളാണ് ഖണ്ഡഗിരിയിൽ ഇപ്പോഴുള്ളത്. പതിനൊന്നാം നൂറ്റാണ്ടിൽ സോമവംശരാജാക്കന്മാർ പണിതവയാണത്രേ മിക്കതും.

കണ്ടുകണ്ട് കയറിക്കയറി മുകളിലെത്തി.

ഉദയഗിരിയേക്കാൾ ഉയരത്തിൽ.

ആയാസകരമായ കയറ്റം കഴിഞ്ഞ് കിതച്ചെത്തുമ്പോൾ മുന്നിൽ കാണുന്നത് നവീനമായ ഒരു ജൈനക്ഷേത്രം.

ദിഗംബരജൈനക്ഷേത്രം. വിമാനവും ജഗന്മോഹനമണ്ഡപവും ഉൾച്ചേർന്ന ക്ഷേത്രസമുച്ചയം. മണൽക്കല്ലുകൊണ്ടുള്ള നിർമ്മാണം. കൊത്തുപണികളില്ലാത്ത ചുമരുകൾ. പ്രാചീനക്ഷേത്രം നവീകരിച്ചതാവാം.

ഖരവവേലൻ നിർമ്മിച്ച പുരാതനക്ഷേത്രമായിരുന്നത്രേ ഇവിടെയുണ്ടായിരുന്നത്. തകർന്നുപോയ ആ ക്ഷേത്രത്തെ പുനരുദ്ധരിച്ചത് മറാഠാഭരണകാലത്താണെന്ന് പറയപ്പെടുന്നു.

പത്തൊമ്പതാം നൂറ്റാണ്ടിന്റെ തുടക്കത്തിലെ വാസ്തുവിദ്യാമാതൃകയാണ് ഇപ്പോഴത്തേതിനുള്ളത്.

പ്രാസാദത്തിനുള്ളിൽ കടന്ന് തീർഥങ്കരനെ വണങ്ങി. മണിനാദം നിവേദിച്ചു. കൃഷ്ണവർണത്തിൽ ദിഗംബരരൂപിയായ തീർഥങ്കരന്റെ ചുണ്ടിലെ മന്ദഹാസം പ്രസാദമായി സ്വീകരിച്ചു.

പുറത്തേക്കിറങ്ങിപ്പോൾ ഉച്ചവെയിൽ ചാഞ്ഞിരുന്നു. വശത്തുമാറി പടർന്നുപന്തലിച്ച വലിയമാവ്. തണലിൽ പോയിരുന്നു.

നടന്നുകയറിയ ക്ഷീണം. ചുറ്റിത്തിരിഞ്ഞ പരവേശം. വിശപ്പും ദാഹവും. കുപ്പിവെള്ളം എപ്പോഴേ തീർന്നു. തോൾസഞ്ചിയിലെ ബിസ്ക്കറ്റെടുത്തു വായിലിട്ടു.

മാവിനു മുകളിൽ അമ്മാനമാടുന്ന കുരങ്ങുകൾ. ബിസ്ക്കറ്റ് എറിഞ്ഞു കൊടുത്തു.

അതാ വരുന്നൂ... കൊമ്പുകൾ കുലുക്കി ചാടിത്തിരിഞ്ഞ് എല്ലാം താഴേക്ക്. മാമ്പഴങ്ങൾ തുരുതെരാ വീഴുന്നു.

കപിവരർ നിലത്തിറങ്ങി കുട്ടക്കരണം മറിയുകയാണ്. ബസ്ക്കറ്റ്പാക്കറ്റ് ഒരാൾ പിടിച്ചുകൊണ്ടുപോയി. പൂർവജന്മത്തിലെ കളിക്കൂട്ടുകാരനായിരിക്കും. ബിസ്ക്കറ്റുകൾ തട്ടിപ്പറിച്ചും മാങ്ങകൾ എടുത്തെറിഞ്ഞും അവർ കേളിയാടുകയാണ്.

ഗതകാലനേരുകൾ തേടി നഗരികളും ജനപഥങ്ങളും പിന്നിട്ട് നൂറ്റാണ്ടുകളായി വിരുന്നുവരുന്ന യാത്രികരെ സ്വീകരിക്കുന്നത് ഇവരാണ്.

ഏതോ നിയോഗത്താൽ ഗുഹകളുടെ കാവൽക്കാരായി കുമാരിഗിരിയുടെ പുണ്യത്തിൽനിന്ന് പിറവികൊണ്ടവർ...

ജന്മങ്ങളിൽനിന്ന് ജന്മങ്ങളിലേക്ക് ചാടിമറിഞ്ഞ് ഊയലാടുന്നവർ...

തീർഥങ്കരരുടെ പ്രസാദവും സന്ന്യാസിമാരുടെ നൈവേദ്യവും രാജകിങ്കരന്മാരുടെ ഉച്ഛിഷ്ടവും സഞ്ചാരികളുടെ തീറ്റിപ്പണ്ടവും ഭുജിച്ച് വിശപ്പടക്കുന്നവർ...

മാവിനു കീഴെ ചിതറിവീണുകിടക്കുന്ന മാങ്ങകൾ. നല്ല വലുപ്പമുള്ളവ. തടുത്തുപഴുത്തവ. ചുവപ്പും മഞ്ഞയും കലർന്ന നിറത്തിൽ. നിരവധി.

വാനരപ്പന്തിയിൽ ഒപ്പമിരുന്ന് മാമ്പഴസദ്യയുണ്ടു. നീരുനിറഞ്ഞ തേൻകനി. വയറും മനസ്സും നിറഞ്ഞു. വിശപ്പും ദാഹവും മാറി.

ഇത്തിരിനേരം ആ മാന്തണലിൽ വിശ്രമിച്ചു. സന്ദർശകർ മിക്കവരും ഇറക്കമായി. കയറുന്നവർ കുറവാണ്. ജൈനക്ഷേത്രത്തിലെ മണിയടികൾ കുറഞ്ഞു.

ആകാശം മുട്ടിനിൽക്കുന്ന ക്ഷേത്രഗോപുരമുകളിൽ ചാരനിറ

മുള്ള ഒരിനം ചെറുപക്ഷികളുടെ നിര. ചിലപ്പോൾ അവ കൂട്ടമായി പറന്ന് മാങ്കൊമ്പിൽ വന്നിരിക്കും. കുരങ്ങന്മാർ ചാടിയിളകുമ്പോൾ വീണ്ടും ഗോപുരമുകളിലേക്കു പറക്കും. മരക്കൊമ്പിലും താഴെയും മർക്കടകേളി തുടരുകയാണ്.

കുമാരപർവതത്തിലെ ആതിഥേയർ.

നഗരത്തിലേക്കിറങ്ങിപ്പടരുന്ന താഴ്‌വരകളിലേക്ക് കാലുനീട്ടിയിരുന്ന് മുഖാമുഖം നോക്കി പുഞ്ചിരിക്കൊള്ളുന്ന ഉദയഗിരിയും ഖ ണ്ഡഗിരിയും. ഇരട്ടക്കുട്ടികളെപ്പോലെ.

പടികളിറങ്ങവേ വീശിയടിക്കുന്ന തണുത്തകാറ്റ്. പുരാതനകാലത്തിന്റെ ശിലാഗന്ധം അതിൽ നേർത്തുനേർത്തലിയുന്നു.

ദൂരെ നഗരക്കാഴ്ചയിൽ മഴയുടെ മൂടുപടം.

7

കഥയ മമ...
കഥയ മമ...

വാതിൽ തുറന്നത് പ്രസന്നവദനനായ ഒരു ചെറുപ്പക്കാരന്റെ പുഞ്ചിരിയിലേക്കാണ്.

“Good morning sir, I am Shyam. Autowala.” അയാൾ ഐ.ഡി കാർഡ് കാണിച്ചു. ശ്യാംപ്രസാദ് ശിവപതി.

“Oh, good morning. I am waiting for you. let’s go.’’

“Okay sir. Please come.”

മുറിപൂട്ടി ഇറങ്ങി. ഭുവനേശ്വർ നഗരത്തിന്റെ പ്രഭാതത്തിലൂടെ ശ്യാമിന്റെ റിക്ഷയിൽ. തണുപ്പുള്ള വെയിൽ. രാത്രിമഞ്ഞിന്റെ നനവ് വിട്ടുമാറിയിട്ടില്ലാത്ത റോഡുകൾ.

“Shyam, would you come with me as a guide.”

“No sir. I don’t know the details. I can arrange a good guide for you.”

നീങ്ങിക്കൊണ്ടിരിക്കുന്ന വീഥിയുടെ ഇരുവശങ്ങളിലേക്കും കണ്ണയച്ചുകൊണ്ട് നഗരക്കാഴ്ചകളിൽ മനസ്സുകുരുങ്ങി.

കുറച്ചു മുന്നോട്ട് പോയശേഷം ശ്യാം വണ്ടി ഒതുക്കി നിർത്തി. അയാൾ അടുത്തുള്ള ഒരു ടെലഫോൺബൂത്തിലേക്കു കയറി.

താമസിക്കുന്ന ഹോട്ടൽ അലങ്കാറിനു അടുത്തുള്ള സൗത്ത് കനറ റസ്റ്റോറന്റ്. ഇന്നലത്തെ അത്താഴം. നല്ല രുചിയുള്ള ഉള്ളിഊത്ത പ്പവും പൂരിയും. ഒരു പൂരിക്കുകൂടി ഓർഡർ കൊടുത്തിരിക്കുമ്പോൾ അപ്പുറത്തെ ടേബിളിൽ സംസാരിച്ചുകൊണ്ടിരുന്ന ഒരാൾ മുന്നിൽ വന്നിരുന്നു.

വെളുത്ത പാന്റും ഷർട്ടുമണിഞ്ഞ ഒരു മധ്യവയസ്കൻ. കഷണ്ടി കയറിയ നെറ്റിയിൽ ചന്ദനക്കുറിയും കുങ്കുമവും. സ്വർണ്ണനിറമുള്ള കണ്ണട. വെളുത്തുതുടുത്ത മുഖം. കുലീനഭാവം.

വെള്ളം കുടിച്ചുകൊണ്ടിരിക്കെ ഞാൻ അയാളുടെ മുഖത്തേക്ക് നോക്കി.

"How's the food? Tasty?" പുഞ്ചിരിച്ചുകൊണ്ട് അദ്ദേഹത്തിന്റെ ചോദ്യം.

"Oh, fine. realy delicious."

"Thanks. I am the proprietor of this restaurant."

പരസ്പരം പരിചയപ്പെട്ടു. മംഗലാപുരത്തുകാരനാണ്. ഗോപാൽ ദാസ് സുന്ദർഷേണായി. കുശലം പറഞ്ഞു. വെയിറ്ററോടു പൂരി വാ ങ്ങി അദ്ദേഹം തന്നെ സർവ് ചെയ്തു. സൗത്ത് കനറ റസ്റ്റോറന്റിലെ തിരക്കിന്റെ കാരണം പ്രത്യേകിച്ച് പറയണോ.

എന്റെ സന്ദർശനപരിപാടി പറഞ്ഞുകേട്ടപ്പോൾ അദ്ദേഹത്തിന്റെ വക ഒരു ഓഫർ.

"I shall arrange a nice person for you. One Mr. Shyam. Auto driver. He can communicate with you in English. Please give me your location details."

ഹോട്ടൽ അഡ്രസ്സും റൂം നമ്പറും കുറിച്ചു കൊടുത്തു. പുറത്തേക്കുള്ള ഡോർ വരെ അദ്ദേഹം എന്റെ കൂടെ വന്നു. കൈകൂപ്പി നന്ദി പറഞ്ഞിറങ്ങി.

നഗരവീഥിയിൽ തിരക്കാവുന്നതേയുള്ളൂ. ശ്യാം തിരികെ വന്നു.

"Sir I have arranged. My young sister Nanditha. Very smart girl. She will come soon."

നന്ദിതയെക്കുറിച്ച് അയാൾ വാചാലനായി. ഉത്സാഹത്തോടെ. അഭിമാനത്തോടെ.

ആറാംതരത്തിൽ പഠിക്കയാണവൾ. ഇംഗ്ലീഷ്, ഹിന്ദി, ഒറിയ ഭാഷകൾ നന്നായി സംസാരിക്കും. ധാരാളം വായിക്കും. പഠനത്തിൽ മിടുമിടുക്കി. പാട്ട്, നൃത്തം, അഭിനയം എല്ലാറ്റിലും കേമി. ഭുവനേശ്വറിലെ ക്ഷേത്രങ്ങളെക്കുറിച്ച് അവൾക്കറിയാത്തതായി ഒന്നുമില്ല.

ശ്യാമിനോട് നന്ദി പറഞ്ഞു.

നല്ല റോഡുകൾ. ഓരോ കവലയിലെത്തുമ്പോഴും ശ്യാം സ്ഥലം പരിചയപ്പെടുത്തുന്നുണ്ട്.

ത്രിഭുനേശ്വർ എന്നാണീ നഗരത്തിന്റെ ശരിയായ പേര്. ത്രിലോകനാഥന്റെ നഗരം. ശാന്തമായ നഗരം. അടുക്കും വൃത്തിയുമുള്ള നഗരം. വിശാലവും സൗകര്യപ്രദവുമായ നഗരം.

കലിംഗതലസ്ഥാനമായ ശിശുപാൽഗഡിന്റെ അവശിഷ്ടങ്ങൾ നഗരപ്രാന്തത്തിൽ നിരവധിയുണ്ട്. തണുത്ത കാറ്റുപോലെ നഗരചരിത്രം മനസ്സിലേക്ക് വീശിവരികയാണ്.

മൗര്യസാമ്രാജ്യത്തിന്റെ തകർച്ചയ്ക്കുശേഷം മഹാമേഘവാഹന രാജവംശം. പിന്നീട് നിരവധി രാജവംശങ്ങൾ. ശതവാഹനന്മാർ, ഗുപ്തർ, മാതരന്മാർ, ശൈലോത്ഭവന്മാർ, അങ്ങിനെ. ഏഴാം നൂറ്റാണ്ടിൽ കേസരിരാജവംശമാണ് ഇവിടെ നിരവധി ക്ഷേത്രങ്ങൾ നിർമ്മിച്ചത്.

സഞ്ചരിച്ചെത്തിയത് നഗരത്തിന്റെ തെക്കുകിഴക്കുഭാഗത്താണ്.

“ഈ ഭാഗത്തിന് ഒറീസ്സയുടെ തകർന്നുപോയ പ്രാചീനസംസ്കാരത്തിന്റെ ഒരു പ്രദർശനശാലയുടെ മട്ടുണ്ട്.”

ഞാനല്ല, വെട്ടൂർ രാമൻനായർ പറഞ്ഞതാണ്. ‘പുരി മുതൽ നാസിക് വരെ’ എന്ന പുസ്തകത്തിൽ. എസ്.കെ പൊറ്റെക്കാട് പറഞ്ഞതും അതുതന്നെ: “പ്രാചീനദേവാലയങ്ങളുടെ പ്രദർശനശാലകൾ”. ‘യാത്രാസ്മരണകൾ’ എന്ന ഗ്രന്ഥത്തിൽ.

ഏടുകളിലെ കാഴ്ച നേരിട്ടനുഭവിക്കുകയാണ്. പഴയ ക്ഷേത്രങ്ങളുടെ നഗരം. ഏതാണ്ട് അഞ്ഞൂറിലേറെ പ്രാചീനക്ഷേത്രങ്ങൾ

നശിച്ചവയും നശിക്കാത്തവയും. ഇത്തിരി തകർന്നതും ഒത്തിരി തകർന്നതും. പുനർനിർമ്മിച്ചതും നവീകരിച്ചതും.

ഒരു ക്ഷേത്രകവാടത്തിലേക്ക് തിരിയവേ ശ്യാം വണ്ടി നിർത്തി.

പാറിയെത്തിയ ചിത്രശലഭം പോലെ ഒരു കൊച്ചുപെൺകുട്ടി ഓടിവന്ന് വണ്ടിയിൽ കയറി. വർണാഭമായ നാടൻവസ്ത്രം. മുത്തുകുലുങ്ങുന്ന ചിരി. പ്രസന്നമായ തുടുത്ത മുഖം. പ്രസരിപ്പുള്ള ചലനങ്ങൾ.

"Good morning sir, I am Nanditha."

ഉന്മേഷം തുളുമ്പുന്ന സംസാരം.

ഞാൻ അധ്യാപകനാണെന്നറിഞ്ഞപ്പോൾ ആ മുഖത്തെ സൂര്യൻ തിളങ്ങി. അവൾ തൊഴുത് കാലിൽതൊട്ടു.

"Sir, my goodness."

മുക്തേശ്വർക്ഷേത്രത്തിനു മുന്നിലാണ് ഇറങ്ങിയത്.

"This Siva temple was built in10th century. Between A. D 950 and 975." നന്ദിത വിവരിച്ചു.

ഭുവനേശ്വറിലെ ഒട്ടുമിക്ക ക്ഷേത്രങ്ങളും ശിവാരാധയുമായി ബന്ധപ്പെട്ടതാണ്.

"This temple is known as the gem of Kalinga Architecture." ആ മിടുക്കി വാചാലയാവുകയാണ്.

സോമവംശിരാജാവായ യയാതിയത്രേ ക്ഷേത്രം നിർമ്മിച്ചത്. ജാജ്പൂരിൽനിന്ന് ഭുവനേശ്വറിലേക്ക് തലസ്ഥാനം മാറ്റിയശേഷം.

ഒരു മിനിയേച്ചർ ക്ഷേത്രം. കല്ലുവിരിച്ച നടപ്പാതയുടെ ഇരുവശങ്ങളിൽ അടുത്തടുത്തായി നിരത്തിവച്ച കൊച്ചുഗോപുരങ്ങൾ. പൂങ്കുലമാലകൾ നിറഞ്ഞുതൂങ്ങിനിൽക്കുന്ന സ്തൂപികാമരങ്ങളെപ്പോലെ. വൃത്തിയുള്ള കമനീയപരിസരം. ഉയരംകുറഞ്ഞ ചെറുമതിൽ.

അരയോളം പൊക്കമേയുള്ളൂ മതിൽക്കെട്ടിന്. ചുവന്ന മണൽക്കല്ലുകൊണ്ടുള്ള ചെറിയ നിർമ്മിതികൾ. ഒതുക്കമുള്ള വാസ്തുശില്പം. വിമാനം സമചതുരാകൃതിയിൽ ഉയർന്നിട്ടാണ്. ചതുരത്തൂണുള്ള

മുഖപ്പുകൾ. ഉയരം കുറഞ്ഞ ശിഖരം. സൂക്ഷ്മമായ അലങ്കാരശില്പ ങ്ങൾ.

കൊത്തുപണികൾ നിറഞ്ഞ കൊച്ചുകമാനകവാടം. തടിച്ചുരുണ്ട തൂണുകൾ. മുത്തുമാലകൾ കോർത്തുകെട്ടിയപോലെ തോരണാ ലംകൃതമായ കൊത്തുവേലകൾ നിറഞ്ഞ കമാനം. ഇടയിൽ സുന്ദരീ രൂപങ്ങളും മൃഗപക്ഷീരൂപങ്ങളും. മുൻപിൻഭാഗങ്ങളുടെ സമാനത.

നാല് നടരാജവിഗ്രഹങ്ങൾ. ചൈത്യജാലകങ്ങളിൽ മുഖംമൂടി ധരിച്ച രാക്ഷസത്തലയും കുള്ളൻരൂപവുമായി കൃതിമുഖന്മാരുടെ റിലീഫ്.

ശ്രീകോവിൽവാതിലിൽ കേതുവിന്റെ ശില്പം. അതിന്റെ ചുമ രിൽ ഇരുവശവും സർപ്പങ്ങളും നാഗകന്യകമാരും. ധ്യാനസ്വരൂപി കളായ മുനികൾ.

ചുമരിന്റെ അടിഭാഗത്തു കാണുന്ന സമാലംകൃതമായ കവാടരൂ പങ്ങളിൽ സൂക്ഷ്മമായി കൊത്തിയെടുത്ത ജ്യാമിതീയരൂപങ്ങളുടെ പാറ്റേണുകൾ.

അകത്ത് ശിവലിംഗപ്രതിഷ്ഠ. സകലമുക്തിപ്രദായിയായ ഈശ്വ രൻ. മുക്തേശ്വരൻ. എല്ലാ കെട്ടുകളിൽനിന്നുമുള്ള വിടുതി. പരിപൂർണ മായ സ്വാതന്ത്ര്യം.

ജഗന്മോഹനമണ്ഡപത്തിന് മുപ്പത്തഞ്ച് മീറ്റർ ഉയരമേയുള്ളൂ. പരമ്പരാഗതമായ ദ്വിതലഘടനയിൽനിന്നു വ്യത്യസ്തമായി പിരമിഡ് മേൽക്കൂരയോടുകൂടിയ ഗോപുരത്തിന്റെ ആദ്യമാതൃകയത്രേ ഇത്.

നിറഞ്ഞ ശില്പകൗതുകം. ഋഷികൾ, ദേവതകൾ, ആഭരണാല ങ്കാരങ്ങളുള്ള സുന്ദരികൾ. ഗംഗായമുനാനദികൾ. ഗജലക്ഷ്മിയും രാഹുകേതുക്കളും. വാതിൽപ്പടിയ്ക്കരികിൽ പാശുപതശൈവമത സ്ഥാപകനായ 'ലകുലിസ'യുടെ ഭൂമിസ്പർശമുദ്രയിലുള്ള വിഗ്രഹം.

വിമാനശിഖരം വക്രാകൃതിയിലാണെങ്കിൽ ജഗന്മോഹനമണ്ഡപം സൂചിസ്തംഭാകൃതിയിലാണ്. അനന്യമായ ആയതശിഖരം. മേൽത്ത ട്ടിൽ നാലുഭാഗത്തും പുറത്തേക്ക് തള്ളി നിലകൊള്ളുന്ന പിൻകാ ലിലിരിക്കുന്ന സിംഹപ്രതിമകൾ.

ദൂരെ മാറിനിന്ന് നോക്കി. സർവാഭരണവിഭൂഷിതയായ നവവധു വിനെപ്പോലെ. സ്ഥൂലത കുറഞ്ഞ സ്ഥാവരസൗന്ദര്യം. വാസ്തുവിദ്യ യും ശില്പകലയും സമഞ്ജസമായി കൂടിച്ചേർന്ന ശിലാകാവ്യം.

കാലപരിണാമങ്ങളെയകറ്റിയ ത്രസിപ്പിക്കുന്ന നിത്യയൗവനം. ഋതുഭേദങ്ങളിൽ നവഭാവം പകരുന്ന ചാരുത.

മതിൽക്കെട്ടിനു പുറത്ത് സരസ്വതി, ഗണേശ, ലകുലിസ ക്ഷേത്രങ്ങൾ. കാലിൽ യോഗപ്പട്ട ധരിച്ച് യോഗ, ഭൂമിസ്പര, വ്യാഖ്യാന മുദ്രകളോടെയുള്ള ലകുലിസരൂപങ്ങൾ ചൈത്യകമാനങ്ങളിൽ അവിടവിടെയായി കാണാം.

വീരശൈവമതത്തിലെ ഏറ്റവും പുരാതനവിഭാഗമായ പശുപതരുടെ ആത്മീയഗുരുവാണ് ലകുലിസൻ. അതിന്റെ സ്ഥാപകനോ ആദ്യഗുരുവോ ആണ്.

ശിവന്റെ ഇരുപത്തിയെട്ടാമത്തെ അവതാരമായാണ് ലകുലിസനെ ലിംഗപുരാണത്തിൽ പരാമർശിക്കുന്നത്. വായുപുരാണമനുസരിച്ച് ദ്വാപരയുഗമാണ് ഇദ്ദേഹത്തിന്റെ കാലമെന്ന് നന്ദിത വിവരിച്ചു.

പിന്നിൽ കിഴക്കുഭാഗത്ത് ക്ഷേത്രത്തോടു ചേർന്ന് മനോഹരമായ ചിറ. മരീചികുണ്ഡ്. വൃത്തിയും ഭംഗിയുമുള്ള കൽപ്പടവുകൾ. സ്ഫടികസമാനമായ ജലം. ഇതിൽ കുളിച്ചാൽ സ്ത്രീകളുടെ വന്ധ്യത മാറുമെന്ന് ആളുകൾ വിശ്വസിക്കുന്നതായി നന്ദിത.

പറമ്പിലെ ഉദ്യാനമലരുകൾ ലോഹ്യം ചൊല്ലി. ചെറുമരത്തണലുകൾ സത്കാരോദ്യുക്തരായി.

വശ്യമായ ആ കാൽപ്പനികലോകത്തിനു പുറത്ത് ശ്യാം കാത്തിരിപ്പായിരുന്നു. മുഷിപ്പേതുമില്ലാതെ.

നഗരത്തിൽ തിരക്ക് കൂടിക്കൊണ്ടിരിക്കുന്നു. പ്രധാനവീഥിവിട്ട് ഇടുങ്ങിയ തെരുവുകളിലൂടെയാണ് സഞ്ചരിക്കുന്നത്. ദൂരെനിന്നേ കണ്ടുതുടങ്ങിയിരുന്നു ലിംഗരാജക്ഷേത്രത്തിന്റെ ഉത്തുംഗഗോപുരം.

വിത്തുവീണ് പൊട്ടിമുളച്ചപോലെ ചെറുതും വലുതുമായ രണ്ടായിരത്തിലേറെ ക്ഷേത്രങ്ങൾ അടുത്തടുത്തായി ഈ നഗരത്തിലുണ്ടായിരുന്നത്രേ. പൂർണരൂപത്തിലോ അല്ലാതെയോ അഞ്ഞൂറെണ്ണം ചുരുങ്ങിയ ചുറ്റളവിൽ ഇപ്പോഴുമുണ്ട്. ഓരോന്നും ചൂണ്ടി നന്ദിത പേരുപറഞ്ഞുകൊണ്ടിരുന്നു.

രാജാറാണിക്ഷേത്രം, ഭൃംഗേശ്വരക്ഷേത്രം, പരശുരാമക്ഷേത്രം, ഐസന്യേശ്വരക്ഷേത്രം, അഷ്ടശംഭുക്ഷേത്രം, ഭാരതിമാതക്ഷേത്രം,

ബ്രഹ്മേശ്വരക്ഷേത്രം, ഭൃകുതേശ്വരക്ഷേത്രം, ബയമോകേശ്വരക്ഷേത്രം, ഭാസ്കരേശ്വരക്ഷേത്രം, ചക്രേശ്വരി ക്ഷേത്രം, ദിഷിസ്വാരക്ഷേത്രം.....

നന്ദിത ചറപറായെന്ന് പറഞ്ഞുകൊണ്ടിരിക്കയാണ്. ഓരോന്നിന്റെ കാലം, ആരാധന, ചരിത്രം, ഐതിഹ്യം അങ്ങനെയങ്ങനെ...

അവൾക്ക് കേരളത്തെക്കുറിച്ചറിയണം. നമ്മുടെ പച്ചപ്പിനെയും ജലസമൃദ്ധിയെയും കുറിച്ച് അവൾ കേട്ടിട്ടുണ്ട്.

നാടു ചുറ്റിക്കാണാൻ അവൾക്ക് വലിയ കൊതിയൊന്നുമില്ല. കൊച്ചുമോഹങ്ങൾ മാത്രമുള്ള അവൾക്ക് ചേട്ടനെ വലിയ ഇഷ്ടമാണ്. അച്ഛനമ്മമാരില്ലാത്ത അവളുടെ കാണപ്പെട്ട ദൈവം.

അവൾക്ക് നാലു വയസ്സുള്ളപ്പോൾ അച്ഛനുമമ്മയും ചേച്ചിയും മരിച്ചു. ആ തെരുവിൽ നടമാടിയ നടപ്പുദീനത്തിൽ. പ്ലേഗിൽ പൊലിഞ്ഞുപോയ കുറേ ജീവനുകൾ.

നന്ദിതയും ശ്യാമും ഇളയമ്മയും മാത്രം ബാക്കിയായി. ബിരുദധാരിയായ ശ്യാം ആറുവർഷമായി നഗരത്തിൽ ഓട്ടോവാലയായി ജോലിചെയ്യുന്നു. കൊച്ചനിയത്തിയെ പഠിപ്പിക്കുന്നു. അരിഷ്ടിച്ച് ജീവിച്ചുപോവുന്നു.

ലിംഗരാജക്ഷേത്രത്തിനു മുമ്പിൽ വെയിൽ പരന്നൊഴുകുകയാണ്. പൂജാസാമഗ്രികളും പഴങ്ങളും കൗതുകവസ്തുക്കളും വിൽക്കുന്ന കടകൾ. ചായക്കടകൾ. മുറുക്കാൻകടകൾ. പെട്ടിക്കടകൾ. ഭക്തരും യാചകരും തെരുവുകച്ചവടക്കാരും.

കടന്നൽക്കൂടിളകിയതുപോലെ പണ്ഡകൾ വന്നുപൊതിഞ്ഞു. നന്ദിത അവരെ ആട്ടിയകറ്റി.

“അവിടെ കാലെടുത്തു കുത്തിയാൽ മതി നമ്മുടെ പണം ഏതെങ്കിലും വിധത്തിൽ പണ്ഡകളുടെ കീശയിലെത്തും.” അട്ടകളെപ്പോലെ രക്തമൂറ്റിക്കുടിക്കുന്ന ഈ വർഗത്തെക്കുറിച്ച് വെട്ടൂർ രാമൻ നായർ: “ഇവിടെ വെളിയിൽ വയ്ക്കേണ്ടതു ബാഗിലെയും ഫയലിലെയും തോലല്ല; ഇവറ്റകളുടെ പുറത്തെ തൊലി ഉരിഞ്ഞിട്ടാണ്.”

കിഴക്ക്ഭാഗത്തുള്ള പ്രവേശന കവാടം. ദ്വാരപാലകരായി സിംഹ പ്രതിമകളാണ്. ‘സിംഹദ്വാരം’ എന്നുപേർ. വാതിലിന്റെ ഒരു പകുതി യിൽ ത്രിശൂലം. മറുപകുതിയിൽ സുദർശനചക്രം.

"Lingaraja temple is the largest temple in Orissa." ക്ഷേത്രമതിൽക്കെട്ട് ചൂണ്ടി നന്ദിത പറഞ്ഞു. ക്യാമറ ഉള്ളിൽ കടത്തില്ല. പുരിയിലേതുപോലെ.

വാസ്തുകലയുടെ അമ്പരപ്പിക്കുന്ന അതിസ്ഥൂലത. ശില്പവിദ്യയുടെ അതിശയിപ്പിക്കുന്ന അതിസൂക്ഷ്മത. കാഴ്ചയിലും ഗന്ധത്തിലും നിറയുന്ന പ്രാചീനതയുടെ അടയാളങ്ങൾ. അല്പം ചാരനിറം കലർന്ന കൃഷ്ണശിലകൾ.

എ.ഡി ആറാം നൂറ്റാണ്ടിൽ ഈ ക്ഷേത്രം നിലനിന്നിരുന്നതായി ചില സംസ്കൃതഗ്രന്ഥങ്ങളിലുള്ള പരാമർശം വിവരിച്ച നന്ദിതയെ ഞാൻ കൗതുകത്തോടെ കേട്ടു.

സോമവംശജനായ യയാതികേസരി ക്ഷേത്രം പുതുക്കിപ്പണിയാൻ തുനിഞ്ഞപ്പോൾ അദ്ദേഹത്തിന്റെ റാണി ക്ഷേത്രത്തിനായി ഒരു ഗ്രാമം കണ്ടെത്തി ദാനം നൽകിയത്രേ. ബ്രഹ്മപുരാണത്തിൽ 'ഏകാമ്രദേശം' എന്നാണ് ഈ പ്രദേശത്തെ പരാമർശിക്കുന്നത്.

അതിവിസ്തൃതമായ മതിലകം. പ്രധാനക്ഷേത്രത്തിന് ചുറ്റും നൂറ്റമ്പതോളം ഉപക്ഷേത്രങ്ങൾ ചിതറിക്കിടക്കുന്നു. പലതും ആരാധനയില്ലാതെ തകർന്നു കിടപ്പാണ്.

യജ്ഞശാല, ഭോഗമണ്ഡപം, നടനമണ്ഡപം, ഗർഭഗൃഹം എന്നിങ്ങനെ നാലുഭാഗങ്ങളുള്ളതാണ് പ്രധാനക്ഷേത്രം. ചിത്രത്തൂണുകളുള്ള നടനമണ്ഡപം വിശാലവും കമനീയവുമാണ്. ഇവിടെ ദേവദാസിനൃത്തം അരങ്ങേറിയിരുന്നതായി നന്ദിത വിവരിച്ചു. അവിടെനിന്നു കണ്ടെടുക്കപ്പെട്ട സംസ്കൃതഗ്രന്ഥങ്ങളിൽ അതേക്കുറിച്ചു പറയുന്നത്രേ.

ജഗന്മോഹനമണ്ഡപത്തിന് അമ്പത്തഞ്ച് മീറ്റർ ഉയരമുണ്ട്. പൂജി ക്കപ്പെടുന്ന ദേവന്റെ ആയുധമാണ് ക്ഷേത്രഗോപുരങ്ങളിൽ സാധാരണ സ്ഥാപിക്കാറ്. എന്നാൽ ഇവിടെ ഈ ശിവക്ഷേത്രത്തിന്റെ ഗോപുരമുകളിൽ ശ്രീരാമബാണമാണ് ഉള്ളത്.

മുക്തേശ്വരക്ഷേത്രത്തിനു സമാനമായ വാസ്തുവിദ്യയും ശില്പകൗതുകവുമാണ് ലിംഗരാജക്ഷേത്രത്തിലുള്ളത്. വലുപ്പവും സ്ഥലവിസ്തൃതിയും പ്രൗഢിയും കൂടുതലുണ്ട്.

ദൂരെ മാറിനിന്നുനോക്കിയാൽ സൂചിസ്തംഭാകൃതിയിലുള്ള

പ്രധാന ഗോപുരം ചെട്ടിപ്പൂമാലകൾ കുലകുലയായി ഒന്നിച്ച് കെട്ടിത്തൂക്കിയിട്ടപോലെ തോന്നും.

ഗർഭഗൃഹഗോപുരത്തിനു പുറത്ത് ഏതാണ്ട് മുക്കാൽഭാഗം ഉയരത്തിൽ പുറത്തേക്കു തള്ളിനിൽക്കുന്ന ഒരു തട്ടിൽ ആനയുടെ പുറത്ത് കയറിയിരിക്കുന്ന ഒരു ഗാരുഡസിംഹപ്രതിമ. 'ഉദഗജ സിംഹ' എന്നത്രേ അതിനു പേർ.

മുകൾഭാഗത്ത് വട്ടത്തൊപ്പി വച്ചതുപോലുള്ള മകുടം. അതിനു മുകളിൽ ആകാശത്തെ ചൂണ്ടി മേലോട്ട് കൂർത്തുനിൽക്കുന്ന രാമബാണം.

സാളഗ്രാമശിലയിലുള്ള വിഷ്ണുവിഗ്രഹവും സ്വയംഭൂവായ ശിവലിംഗവുമാണ് ശ്രീകോവിലെ ആരാധനാമൂർത്തികൾ. ഹരിഹരസങ്കല്പം. ശൈവവൈഷ്ണമതസമന്വയത്തിന്റെ സാരള്യം.

ശിവലിംഗത്തിൽ പാലും ജലവും മാത്രമല്ല ഭാഗും അഭിഷേകം ചെയ്യുന്നു.

ഭാരതത്തിൽ അറുപത്തിനാല് സ്വയംഭൂശിവലിംഗങ്ങളാണുള്ളത്. ലിംഗം എന്നാൽ അടയാളം. തെളിവ്. ദൈവസാന്നിധ്യത്തിന്റെ ചിഹ്നം.

ആരാധനയ്ക്കായെത്തിവർ ഏറെയുണ്ട്. തിക്കിത്തിരക്കലും ബഹളവുമില്ല. മാർക്കറ്റിൽപ്പോയി മടങ്ങുംപോലെ തൊഴുതുമടങ്ങുന്നു ആളുകൾ. ഇടയ്ക്ക് ചെറിയതോതിൽ പണ്ഡകളുമായുള്ള വിലപേശലുണ്ടെന്നു മാത്രം. പുറംനാട്ടുകാരെയാണ് പണ്ഡകൾ കൊത്തി ത്തിന്നുക.

വിസ്താരം കൂടിയ താലങ്ങളിൽ കുമിഞ്ഞുകൂടിയ നാണയത്തുട്ടുകളും നോട്ടുകളും തടവി തീർഥവും പ്രസാദങ്ങളുമായി ചമ്രംപടിഞ്ഞിരിക്കുന്ന പൂജാരികൾ. ദിവസം എണ്ണമറ്റ ഭക്തർ ഇവിടെ ആരാധനക്കായെത്തുമത്രേ.

പാതി തകർന്ന് ശൂന്യമായിക്കിടക്കുന്ന ഒരു ചെറുക്ഷേത്രത്തിന്റെ കൽത്തണലിൽ ഇരുന്നു.

നന്ദിത കഥ പറയാൻ തുടങ്ങി. പരമ്പരയായി കാതുകളിൽനിന്ന് കാതുകളിലേക്ക് പകർന്ന കഥ. ക്ഷേത്രൈതിഹ്യത്തിന്റെ കഥനം.

ഈ ഏകാമ്രദേശത്ത് തടാകം നിർമ്മിച്ചത് പരമശിവനാണത്രേ.

അതിന്റെ കീർത്തി ഈരേഴു പതിനാലു ലോകങ്ങളിലും പരന്നു. അതു ചെവിക്കൊണ്ട പാർവതി ഗോപാലികവേഷത്തിൽ ജലധി കാണാനെത്തി.

കാനനമധ്യത്തിലെ തടാകത്തിനരികിൽ ഒറ്റയ്ക്കുനിൽക്കുന്ന മാവിൻചുവട്ടിൽ (ഏകമായ അമ്രം)- ഏകാമ്രച്ഛായയിൽ സ്വയംഭൂവായ ശിവലിംഗം. പശുക്കൾ മുലചുരത്തി അതിൽ പാലഭിഷേകം ചെയ്യുന്നു. ദേവി അവിടെ ശിവപൂജ ചെയ്തു.

ആ വഴിവന്ന കൃത്തിവാസരർ എന്ന അസുരന്മാർ ദേവിയോട് വിവാഹാഭ്യർഥന നടത്തിയത്രേ. ദേവിയൊരു സൂത്രം പ്രയോഗിച്ചു. തന്നെ തോളിലെടുത്ത് കൂടുതൽ ദൂരം നടക്കുന്നയാളെ വിവാഹം ചെയ്യാമെന്നു പറഞ്ഞു.

ദേവിയുടെ ഭാരം താങ്ങാനാവാതെ അസുരന്മാർ ചത്തുവീണു. അസുരനിഗ്രഹം ചെയ്ത ദേവി ഭുവനേശ്വരിയായി ശിവലിംഗത്തോടൊപ്പം ഇവിടെ ഉപവിഷ്ഠയായി.

കഥ പറയുമ്പോൾ ആ കൊച്ചുകണ്ണുകൾ വിടരുന്നു. തുടുത്ത മുഖത്ത് ഭാവങ്ങൾ മിന്നിമറയുന്നു. കൈമുദ്രകളുടെ ചടുലത. ശബ്ദവിന്യാസത്തിന്റെ താളം. വാക്കുകളുടെ ലയം. നീട്ടിയും കുറുക്കിയും. വിസ്തരിച്ചും ചുരുക്കിയും. കഥനത്തിന്റെ മഹാചാരുത.

ആരാണിത്?

വിക്രമാദിത്യനോട് കഥ പറയുന്ന സാലഭഞ്ജികയോ. എഴുത്തച്ഛന് കഥയോതുന്ന ശാരികപ്പൈതലോ. കൂത്തു പറയുന്ന ചാക്യാരോ. കുഞ്ഞുനാളിൽ മടിയിലിരുത്തി കഥ പറഞ്ഞുതന്നിരുന്ന അമ്മമ്മയോ. നക്ഷത്രക്കണ്ണുള്ള കുഞ്ഞുങ്ങളിലേക്ക് കഥകളുടെ നൈവേദ്യവുമായി വേഷം കെട്ടിയെത്തുന്ന ഞാൻതന്നെയോ.

ദേവിയുടെ ഉപക്ഷേത്രത്തിലേക്ക് നന്ദിത എന്നെ നയിച്ചു. ഗണേശനും മുരുകനും അടുത്തടുത്ത ക്ഷേത്രങ്ങളിലുണ്ട്. ക്ഷേത്രവളപ്പ് മുഴുവൻ ചുറ്റിനടക്കാൻതന്നെ മണിക്കൂറുകൾ വേണം.

'ബിന്ദുസാഗരം'. ക്ഷേത്രത്തിനു സമീപമുള്ള തടാകസമാനമായ വലിയചിറ. സപ്തനദികളിലെ പുണ്യതീർഥംകൊണ്ട് പരമശിവൻ നിർമ്മിച്ചത്. നടുവിലൊരു കൊച്ചുക്ഷേത്രം. ചെറുതോണിയിൽ അവിടേക്കു പോകാം.

ചിറയിലിറങ്ങി കൈകാലുകളും മുഖവും കഴുകി. പുണ്യവാഹിനികളെ നമിച്ചു. ശിവനെയും ശക്തിയെയും കുമാരഗണേശന്മാരെയും വണങ്ങി. സൂര്യനെ പ്രാർഥിച്ചു.

ഉച്ചത്തിരക്കിലൂടെ ശ്യാമിന്റെ ഓട്ടോ പതുക്കെ നീങ്ങുകയാണ്. നഗരക്കാഴ്ചകൾ ഓരോന്നായി ചൂണ്ടിക്കാണിച്ച് നന്ദിത വിവരിച്ചുകൊണ്ടേയിരിക്കുന്നു.

തിരക്കുപിടിച്ച ഒരു തെരുവിലേക്കുള്ള വളവിൽ ശ്യാം വണ്ടി നിർത്തി.

ഭുവനേശ്വറിലെ പ്രസിദ്ധമായ നമ്പർ വൺ മാർക്കറ്റ്. ഒന്നിൽനിന്ന് ഇഴപിരിഞ്ഞ് മറ്റു പലതിലേക്കു മാറിക്കുരുങ്ങി കെട്ടുപിണഞ്ഞുകിടക്കുന്ന ഇടുങ്ങിയ തെരുവുകളുടെ ഒരു ഊരാക്കുടുക്ക്.

ഓരോരോ സാധനങ്ങൾക്കായി ഓരോ ഇടം. വസ്ത്രങ്ങൾ, വീട്ടുസാധനങ്ങൾ, ഫർണീച്ചറുകൾ, സ്റ്റേഷനറികൾ, കളിപ്പാട്ടങ്ങൾ, ഇലക്ട്രോണിക് സാധനങ്ങൾ, പുസ്തകങ്ങൾ, പലചരക്കുകൾ, കല-കരകൗശല വസ്തുക്കൾ... അവിടെക്കിട്ടാത്തതായി ഒന്നുമില്ല എന്നാണ് ശ്യാം പറഞ്ഞത്. വിലപേശി കുറഞ്ഞ വിലയ്ക്കു വാങ്ങാം. എന്തും.

നന്ദിതയ്ക്കവിടെയിറങ്ങണം.

ഒരു കൂൾബാറിലേക്കു കയറി.

"തീൻ ഓറഞ്ച് ജ്യൂസ്."

ജ്യൂസ് കഴിച്ചുകൊണ്ടിരിക്കെ ഞാൻ അഞ്ഞൂറ് രൂപ നന്ദിതയുടെ കൈയിൽ വച്ചുകൊടുത്തു. അവൾ പണം വാങ്ങിയില്ല.

"Thank you sir. I don't need mony."

ഉടുപ്പോ ആഭരണമോ ഒന്നും വേണ്ട. എല്ലാം അവൾ നിരസിച്ചു.

"My brother will give whatever I need." ചേട്ടനോട് ചേർന്നിരുന്നുകൊണ്ട് അവൾ എന്നെ നോക്കി പുഞ്ചിരിച്ചു.

ഈശ്വരാ ഈ കൊച്ചുമിടുക്കിക്ക് ഞാൻ എന്തു കൊടുക്കും!

തോൾസഞ്ചിയിലെ നോട്ടുപുസ്തകത്തിൽനിന്ന് ഒരേടു കീറി. പേനയെടുത്ത് ഒരു ചിത്രം വരച്ചു. നന്ദിതയുടെ മുഖം. ഇരുവശത്തും

അലങ്കാരച്ചിറകുകൾ. മാലാഖപോലൊരു ശലഭം.

നിലാവുദിച്ച കണ്ണുകളോടെ അവൾ അതുവാങ്ങി പുറത്തിറങ്ങി. ചിത്രക്കടലാസുയർത്തിപ്പിടിച്ച് കൈവീശി കുലുങ്ങിച്ചിരിച്ച് തെരുവിലേക്ക് ഓടി മറഞ്ഞു.

വീശിക്കടന്നുപോയ കുളിർകാറ്റുപോലെ. അലിഞ്ഞു നീങ്ങിയ ചന്ദനഗന്ധംപോലെ.

കുഞ്ഞേ, നടന്നുപോകുന്ന വഴികളിൽ കണ്ടുമുട്ടുന്ന ശലഭങ്ങളിൽ, കിളികളിൽ, തുമ്പികളിൽ, പുൽക്കൊടികളിൽ, കല്ലിൽക്കൊത്തിയ പ്രാകാരങ്ങളിൽ, ചരിത്രശേഷിപ്പുകളിൽ, മലമുകളിലും നദീപ്രവാഹത്തിലും നിന്റെ കഥനത്തിന് കാതോർക്കാം. ഈ യാത്രികൻ.

കഥയ മമ... കഥയ മമ...

ഹോട്ടലിൽ വന്നിറങ്ങിയപ്പോൾ ആ അഞ്ഞൂറ് രൂപ ഞാൻ ശ്യാമിനു കൊടുത്തു. ഓട്ടോചാർജായി മുന്നൂറ് രൂപയെടുത്ത് ബാക്കി അയാൾ എന്റെ പോക്കറ്റിലിട്ടു.

എന്റെ കവിളു നനച്ചത് മഴത്തുള്ളിയായിരുന്നോ!

8

പെയ്തൊഴിഞ്ഞ മഴയുടെ ആർദ്രത

"ആയിയേ സാബ്. ആയിയേ. ജൽദി കരോ. ജൽദി."

ബിഷ്ണോയ്. കൈയുയർത്തിപ്പിടിച്ച് വിളിക്കയാണ്. ദൂരെനിന്ന്. ദൈവമേ ഇവൻ ഇനിയും പോയില്ലേ!

"ഏക് മിനിറ്റ്. അഭി ആത്താ ഹും." തിരിച്ചുചൊല്ലി.

ആറേ മുക്കാലിനാണ് അവൻ വരാൻ പറഞ്ഞത്. കൊതുകുകടി കാരണം ഇന്നലെ ഉറങ്ങാൻ കഴിഞ്ഞില്ലെങ്കിലും കാലത്തേ എഴുന്നേറ്റിരുന്നു. ഇവനെ ഒഴിവാക്കാൻ വേണ്ടിയാണ് അരമണിക്കൂർ വൈകിയത്.

'സദ്പാദ'യിലെ കടവത്തെത്തുമ്പോൾ ഏഴേകാൽ. ചിൽക്കതടാകസഞ്ചാരത്തിനുള്ള തുടക്കസ്ഥലം.

തികഞ്ഞ ഗ്രാമീണ തെരുവ്. വളഞ്ഞ് പുളഞ്ഞ് ഇടുങ്ങിയ വഴികൾ. നിരനിരയായി കൊച്ചുകൊച്ചു നാടൻവീടുകളും കടകളും.

തടാകത്തിൽ ബോട്ടുസഞ്ചാരം നടത്തുന്നവർക്കായി ലഘുഭക്ഷണവും കുടിവെള്ളവും വിൽക്കുന്ന കടകൾ. തൊപ്പിയും കൂളിംഗ്ഗ്ലാസും വാടകക്കു കിട്ടും. അഞ്ച് രൂപ വീതം കൊടുത്താൽ മതി. ഓരോന്നു വാങ്ങി. കൂടെ കുപ്പിവെള്ളവും ബിസ്കറ്റും.

തടാകത്തിൽ സഞ്ചരിച്ച് തിരിച്ചെത്താൻ ചുരുങ്ങിയത് നാലു

മണിക്കൂർ വേണം.

ബിഷ്ണോയ് അഞ്ചുപേരെ വലയിലാക്കി നിൽപ്പാണ്. എന്നെ ക്കാത്ത്. ഒരു ബോട്ടിൽ ആറുപേരാണ് സവാരി.

“യഹ് സാബ് മലയാളി ഹെ.”

ബിഷ്ണോയ് ഒരാളെ പരിചയപ്പെടുത്തി. വെളുത്തുമെലിഞ്ഞ ഒരാജാനബാഹു. നരച്ചുമുറ്റിയ ചുരുണ്ടമുടിയും താടിയും. വട്ടത്തൊ പ്പിയും തണുപ്പുകണ്ണടയും. ഐവറിജൂബയും നീലപാന്റും.

“ഹലോ, ഞാൻ ശ്രീഹർഷൻ. അധ്യാപകനാണ്. കോഴിക്കോട് ജില്ലയിലെ കൊയിലാണ്ടിയിൽ.”

“ഹായ്. ഞാൻ വേലായുധമേനോൻ. റിട്ടയർഡ് പ്രഫസർ. പാല ക്കാടാണ് ദേശം. ചെന്നൈയിൽ താമസിക്കുന്നു. ഇത് ഭാര്യ ശാര ദാമണി.” കൈപിടിച്ചുകുലുക്കി ഗമയിലാണ് സംസാരം.

അദ്ദേഹത്തിന്റെ നെഞ്ചുവരെ ഉയരമുള്ള ഇരുനിറമുള്ള മധ്യവ യസ്ക. രണ്ടാളും ചേർന്നുനിന്നപ്പോൾ ഇലക്ട്രിക്പോസ്റ്റിനടുത്ത് കുറ്റി നാട്ടിയപോലെ.

തമിഴ്നാട്ടിൽ പല കോളേജുകളിലായി ജ്യോഗ്രഫി പ്രഫസറാ യിരുന്നു. ഭാര്യ സ്കൂൾ ടീച്ചറും.

സുഹൃത്തുക്കളായ മറ്റു മൂന്നുപേർ ചെന്നൈക്കാർ. ഒരേ ഫ്ളാറ്റി ലാണ് താമസം. റെയിൽവെ ഉദ്യോഗസ്ഥരായിരുന്നു. കേരളത്തിൽ ജോലി ചെയ്തതനാൽ മലയാളം അറിയാം.

എല്ലാവരും തൊപ്പിയും തണുപ്പുകണ്ണടയും കുപ്പിവെള്ളവും തീറ്റിപ്പണ്ടങ്ങളുമായായി സർവസന്നാഹങ്ങളോടെ കാത്തുനിൽ പ്പാണ്. ഞാൻ വരാൻ വൈകിയതിലുള്ള നീരസം മുഖത്തുണ്ട്.

“കയറൂ... കയറൂ... ഇപ്പൊത്തന്നെ നേരം വൈകി.” പ്രഫസർ എല്ലാവരെയും തിടുക്കപ്പെടുത്തി.

ബിഷ്ണോയിയുടെ ബോട്ട് ചിൽക്ക തടാകത്തിനുള്ളിലേക്ക് ചീറി പായുകയാണ്. വെള്ളം വകഞ്ഞുമാറുമ്പോൾ ചിതറുന്ന നുരകൾ. ജലകണികൾ നിറഞ്ഞ തണുത്ത കാറ്റ്. കുറേ ദൂരം ഉള്ളോട്ടു പോയ്ക്കഴിഞ്ഞാൽ തടാകത്തിൽ ഡോൾഫിനുകളെ കാണാം എന്ന താണ് പ്രധാന ആകർഷണം.

നിരവധിയാളുകൾ അതിരാവിലെത്തന്നെ യാത്ര തുടങ്ങിക്ക

ഴിഞ്ഞു. നാടൻബോട്ടുകൾക്കു മാത്രമേ സഞ്ചാരത്തിന് അനുവാദമുള്ളൂ. വലിയ മോട്ടോർബോട്ടുകൾ പാടില്ല. ഡോൾഫിനുകളുടെ സുരക്ഷയ്ക്കാണിത്.

ഇന്നലെ വൈകീട്ട് ഭുവനേശ്വറിൽനിന്ന് ചിൽക്കയിലേക്കുള്ള യാത്രയിലാണ് ബിഷ്ണോയിയെ പരിചയപ്പെട്ടത്.

പാസഞ്ചർവണ്ടി നിറയെ ഗ്രാമീണരായിരുന്നു. സ്ത്രീകളും പുരുഷന്മാരും വൃദ്ധരും കുട്ടികളും തിങ്ങിനിറഞ്ഞ ബോഗി. സീറ്റിലും മുകളിലും ഞെരുങ്ങിയുള്ള ഇരിപ്പ്. കുറേപ്പേർ നിലത്ത് കുന്തുകാലിലിരിക്കുന്നു. ചിലർ ചമ്രം പടിഞ്ഞ്. മറ്റു ചിലർ കാലുനീട്ടി.

ഭാണ്ഡങ്ങളും ചാക്കുകെട്ടുകളും. കൊട്ടവട്ടകളും കോഴിതാറാവുകളും. പണിയായുധങ്ങളും വീട്ടുപകരണങ്ങളും. പട്ടണത്തിലെ തൊഴിലാളികൾ. മാർക്കറ്റിൽ സാധനങ്ങൾ വിൽക്കാനും വാങ്ങാനും പോയവർ. വിരുന്നുപോയവർ. കല്യാണംകൂടാൻ പോയവർ. നിത്യയാത്രക്കാർ. ഉദ്യോഗസ്ഥർ. വിദ്യാർഥികൾ...

എല്ലാവരുടെയും വായയിൽ മുറുക്കാൻ. വെറ്റിലക്കറപിടിച്ച പല്ലുകൾ. മുറുക്കിച്ചുവന്ന ചുണ്ടുകൾ. ഒറീസ്സയിലെ ഗ്രാമീണരുടെ മുഖമുദ്ര. ഉടുപ്പിലും മാറാപ്പിലുമെല്ലാം തുപ്പൽക്കറ തെറിച്ച കുറിയടയാളങ്ങൾ. തീവണ്ടിബോഗിയിലും താംബൂലചരായ സുലഭം.

ഏതോ അന്യഗ്രഹജീവിയെപ്പോലെ ഞാൻ ഒതുങ്ങിയിരുന്നു. അടുത്തിരിക്കുന്ന ചെറുപ്പക്കാരൻ മുറുക്കാൻ വായലിടവെ ഒരു പൊതി എനിക്കു നേരെ നീട്ടി. വേണ്ടെന്നു പറഞ്ഞിട്ടും വിടുന്നില്ല. ഒടുവിൽ ഒരടയ്ക്കക്കഷണം എടുത്ത് വായിലിട്ടു. ബിഷ്ണോയ്. പട്ടണത്തിൽ മീൻ വിറ്റ് മടങ്ങുകയാണയാൾ.

ഇന്ത്യയിലെ പ്രധാന മത്സ്യബന്ധനകേന്ദ്രങ്ങളിൽ ഒന്നാണ് ചിൽക്ക. അതുമായി ബന്ധപ്പെട്ടതാണ് അവിടത്തുകാരുടെ മുഖ്യതൊഴിൽ. തീരത്തും ദ്വീപുകളിലുമുള്ള നൂറ്റിമുപ്പത്തിരണ്ട് ഗ്രാമങ്ങളിലായി ഒന്നരലക്ഷം മത്സ്യത്തൊഴിലാളികളുടെ ജീവിതാശ്രയം. അവർക്കു പുറമെ കച്ചവടക്കാർ, ഇടനിലക്കാർ, സംസ്കരണകേന്ദ്രങ്ങളിലെ തൊഴിലാളികകൾ, കടത്തുവാഹനവുമായി ബന്ധപ്പെട്ടവർ എന്നിങ്ങനെ വേറെയും ഒരുപാടുപേർ കഴിഞ്ഞുകൂടുന്നു.

വിപുലമായ മത്സ്യബന്ധനഹാർബർ. രാജ്യത്തിന്റെ വിവിധഭാ

ഗങ്ങളിലേക്കും വിദേശത്തേക്കും മത്സ്യവും മത്സ്യോത്പന്നങ്ങളും കയറ്റിയയക്കുന്നു.

ഭുവനേശ്വറിൽനിന്ന് ചിൽക്കയിലേക്ക് എൺപത് കിലോമീറ്റർ യാത്ര. നഗരത്തിൽനിന്നും ഗ്രാമത്തിലേക്ക്.

ഇരുവശത്തും ചിൽക്കയോട് ചേർന്നുകിടക്കുന്ന ചതുപ്പുനിലങ്ങളും വിശാലപാടങ്ങളും. വരമ്പുകളിൽ നിരനിരയായി തെങ്ങുകളും പനകളും. വയലുകൾക്കുനടുവിൽ അവിടവിടെയായി കൂട്ടിയിട്ട പുൽക്കൂനകൾ. ഇടയ്ക്കിടയ്ക്കായി കുടിലുകളുടെ ചെറുനിര. അപൂർവമായി കൊച്ചുകടകൾ. കൊച്ചുകോവിലുകൾ. ആൽത്തറകൾ.

ഒഡിഷയുടെ കിഴക്കൻതീരത്തുള്ള വൻതടാകമാണ് ചിൽക്ക. തടാകമല്ല 'ലഗൂൺ'. ഉപ്പുവെള്ളമാണ്. Lake ഉം Lagoon ഉം തമ്മിൽ വ്യത്യാസങ്ങളുണ്ട്. വിസ്തൃതിയിൽ ഏഷ്യാവൻകരയിലെ ഏറ്റവും വലുതും ലോകത്തിലെ രണ്ടാമത്തേതും. യുനെസ്കോ വേൾഡ് ഹെറിറ്റേജ് പട്ടികയിൽ താൽക്കാലികമായി ഉൾപ്പെടുത്തിയിട്ടുണ്ട്.

ദയാനദി പതിക്കുന്നത് ഇതിലാണ്.

ബിഷ്ണോയ് പതുക്കെ ലോഗ്യംകൂടാൻ തുടങ്ങി. ചിൽക്കതടാകത്തിൽ സഞ്ചാരികളെ കൊണ്ടുപോകാൻ അയാൾക്ക് ഒരു ബോട്ടുണ്ട്. രണ്ടുമണിവരെ അതാണ് പണി. പിന്നീട് ഹാർബറിൽനിന്ന് മീൻ വിലക്കെടുത്ത് നഗരച്ചന്തയിൽ വിൽക്കും. അവിടെനിന്ന് പഴങ്ങൾ വിലക്കെടുത്ത് നാട്ടിലെ കടകളിൽ വിതരണം. വെറ്റിലക്കറ പിടിച്ച ആ ചിരിയിൽ ജീവിക്കാനുള്ള വിരുത് ഒളിഞ്ഞുകിടക്കുന്നു.

പറഞ്ഞുപറഞ്ഞ് എന്നെ അവൻ കുപ്പിയിലാക്കി.

ചിൽക്കയിലിറങ്ങി. ഒരു ട്രക്കിൽ ആളുകൾ കുത്തിത്തിരുകി കയറുന്നു. ബിഷ്ണോയ് എന്നെ ഒരുവിധം അതിനകത്ത് തള്ളിക്കയറ്റി. അവൻ ഡ്രൈവറുടെ വശത്തായി തൂങ്ങിനിന്നു. അപ്പുറത്തുമിപ്പുറത്തും കെട്ടിത്തൂക്കിയ കൊട്ടകൾ. തൂങ്ങിപ്പിടിച്ചു നിൽക്കുന്ന ആളുകൾ. ഒരു വലിയ തേനീച്ചക്കൂടുപോലെ ട്രക്ക് ഇരുട്ടിനെക്കീറി മുന്നോട്ടു നീങ്ങിക്കൊണ്ടിരുന്നു.

സദ്പാദയിലെത്തുമ്പോൾ രാത്രി ഏഴുമണിയായി. ഒരു ചെറുകവല. എവിടെത്തങ്ങും? അവിടെ ഹോട്ടലുകളൊന്നുമില്ല.

"ആയിയേ സാബ്. ഇതർ ഏക് അച്ഛാ ലോഡ്ജ് ഹെ. മാനേജർ മേരാ ദോസ്ത്. ആയിയേ."

ബിഷ്ണോയ് ഒരു ലോഡ്ജിലേക്കു കൂട്ടിക്കൊണ്ടുപോയി. വളരെച്ചെറിയ ഒറ്റനിലക്കെട്ടിടം. പുറമെനിന്നു നോക്കിയപ്പോൾ കുഴപ്പമില്ല. ചുരുങ്ങിയ കാശും. ഒരു രാത്രിക്കല്ലേ. അവിടെ മുറിയെടുത്തു.

രാവിലെ അവന്റെ ബോട്ടിൽ പോകാം. കൗണ്ടറിൽനിന്ന് ടിക്കറ്റെടുക്കേണ്ട. അവിടെ അഞ്ഞൂറ് രൂപ കൊടുക്കണം. അവന് മുന്നൂറ് മതി. ഒരു അനധികൃത വയറ്റുപിഴപ്പ്.

കൃത്യം ആറേമുക്കാലിനെത്തണം. താൻ ജട്ടിയിൽ കാത്തുനിൽക്കും. എല്ലാം ശട്ടംകെട്ടിയാണ് അവൻ പോയത്.

മുറി തുറന്നു. ഒരു പുരാതനഗുഹയിലേക്കാണോ പ്രവേശിക്കുന്നത്! അസഹനീയമായ നാറ്റം. അഴുക്കുപിടിച്ച ചുമരുകൾ. മുഷിഞ്ഞുനാറിയ കിടക്കയും വിരിയും. പരാതി പറഞ്ഞപ്പോൾ കൊണ്ടുവന്നത് അതിനേക്കാൾ മോശം. നിവൃത്തിയില്ല. പെട്ടുപോയി.

പുറത്തുപോയി ആഹാരം കഴിച്ച് വന്നു കിടന്നു. കൈയിലുണ്ടായിരുന്ന പുതപ്പെടുത്ത് മൂടി. ഹെലിക്കോപ്ടർ പോലെ ചുറ്റിപ്പറക്കുന്ന കൊതുകുകൾ. സഞ്ജയൻ എന്ന എം.ആർ നായരുടെ 'കൊതുകുമാഹാത്മ്യ'ത്തെ മനസാസ്മരിച്ചുകൊണ്ടാണ് തിരിഞ്ഞും മറിഞ്ഞും കിടന്ന് നേരം വെളുപ്പിച്ചത്.

ബോട്ടിന്റെ തുഞ്ചത്ത് എഴുന്നേറ്റുനിന്ന് കുപ്പായമൂരിവീശി അടുത്ത ബോട്ടുകളിലെ കൂട്ടുകാരോട് എന്തൊക്കെയോ വിളിച്ചുപറയുകയാണ് ബിഷ്ണോയ്. ഒപ്പം ഒരു കൂട്ടുകാരനും, ബസു. വായയിൽനിന്ന് ചീറ്റിത്തെറിക്കുന്ന മുറുക്കാൻചാറ്.

തീരം വിട്ടു നടുഭാഗത്തേക്കെത്തി. ശാരദാമണിടീച്ചർ ആപ്പിളെടുത്ത് മുറിച്ച് എല്ലാവർക്കുമായി നൽകി. തടാകത്തെ അഭിവീക്ഷണം ചെയ്തുകൊണ്ട് പ്രഫസർ പറഞ്ഞു:

"സമുദ്രജലത്തിൽനിന്ന് വേർതിരിഞ്ഞ് കരക്കുള്ളിലേക്ക് കയറിയുണ്ടായ ആഴം കുറഞ്ഞ ജലാശയമാണ് ലഗൂണുകൾ."

ഒരു വെളിപാടുപോലെ. അനിഷേധ്യമായ പ്രഖ്യാപനംപോലെ. ഗമയോടെ തലയുയർത്തിപ്പിടിച്ച് പാണ്ഡിത്യക്കൊട്ട തുറക്കുകയാണ്. തന്നിൽ അർപ്പിതമായ ഒരു ദൗത്യം നിർവഹിക്കും മട്ടിൽ. ഇത്തിരി പൊങ്ങച്ചവും ഒത്തിരി ആധികാരികതയും നിറഞ്ഞ ആഢ്യമായ ഗൗരവഭാവം.

"അസ്ട്രേലിയയിലെ ഗ്ലെന്റോക്ക്തീരം. ബ്രസീലിലെ ലോഗോവ ഡോസ് പടോസ. ഇറ്റലിയിലെ വീനസ്. തുർക്കിയിലെ ബ്ലൂലഗൂൺ. ന്യൂസ്ലാന്റിലെ വാഷ്ഡികെ. ഇറ്റലിയിലെത്തന്നെ ലാഗ്നോ സബി യാഡോറോ. നമ്മുടെ ചിൽക്ക. ഇവയൊക്കെ പ്രധാന ലഗൂണുകളാണ്. ദക്ഷിണ പസഫിക്കിലെ ന്യൂ കാലിഡോണിയ ആണ് ലോകത്തിലെ ഏറ്റവും വലിയ ലഗൂൺ."

കൂടെയുള്ളവർ വാ പൊളിച്ച് കേട്ടിരിപ്പാണ്. ടീച്ചർ മുഖം ചുളി ക്കാൻ തുടങ്ങി.

"1981 ലെ റാംസാർ കൺവെൻഷനിൽ അന്താരാഷ്ട്ര പ്രാധാന്യമുള്ള ആദ്യത്തെ ഇന്ത്യൻ ലഗൂണായി ചിൽക്ക അംഗീകരി ക്കപ്പെട്ടു."

കയ്യും കലാശവും കാട്ടി പ്രഫസർ തുടരുകയാണ്. ഇടയ്ക്കിടെ ജൂബക്കൈകൾ മേലോട്ടാക്കി ഒരു കുടച്ചിലുണ്ട്. പാറുന്ന മുടി വി രലുകൾ കൊണ്ട് ഒതുക്കിവച്ച് തലയൊന്നു വെട്ടിക്കും. താടിമീശ കൾ ഒന്നു തടവും. അംഗവിക്ഷേപങ്ങളും കൈമുദ്രകളും.

"കടലിനും ലഗൂണിനുമിടയിൽ മണൽത്തിട്ടയുടെ നേരിയ വേർ തിരിവ് ഉണ്ടാവും. ചിലതരം ലഗൂണുകൾ കടലുമായി നേരിട്ട് ബന്ധ പ്പെട്ടുകിടക്കുന്നതായിരിക്കും. ചിലതിന്റെ മണൽത്തിട്ട ശക്തമായ തിനാൽ കടലിലേക്കുള്ള കവാടം ഇടുങ്ങിയിരിക്കും. മനുഷ്യനിർമ്മി തസംവിധാനം കൊണ്ട് നിയന്ത്രിക്കപ്പെടുന്ന ലഗൂണുകളുമുണ്ട്."

ടീച്ചർ അദ്ദേഹത്തിനു നേരെ കുപ്പിവെള്ളമെടുത്തു നീട്ടി. തറ പ്പിച്ചൊന്നു നോക്കി.

വെയിലേൽക്കാതിരിക്കാൻ ബോട്ടിനുമീതെ ഷീറ്റു വലിച്ചുകെട്ടി യിട്ടുണ്ട്. അതിന്റെ നീലച്ഛായയും വെള്ളത്തിന്റെ നീലിമയും ഞ ങ്ങളുടെ മുഖത്ത് നീലംപൂശി. കുപ്പിവെള്ളം കുടിച്ചും ബിസ്ക്കറ്റും പഴങ്ങളും തിന്നും തടാക്കാകഴ്ചകൾ ആസ്വദിച്ചുകൊണ്ടിരുന്നു.

തണുത്ത കാറ്റ് ഉന്മേഷം നൽകുന്നുണ്ട്. വെള്ളത്തിൽ ഇടയ്ക്കി ടെ പൊന്തിക്കാണുന്ന മൺതിട്ടകളിലും മരക്കുറ്റികളിലും ദേശാടനപ്പ ക്ഷികൾ. ഒറ്റയ്ക്കും കൂട്ടായും. ബോട്ടിന്റെ അരുകിലിരുന്ന് കൈ വെ ള്ളിത്തിലിട്ട് തെറിപ്പിക്കുമ്പോൾ ചിലവ പറന്ന് ദൂരേക്ക് പോകുന്നു.

ക്യാമറകൾ സജീവമായി.

“Around one sixty species of migaratory birds come here during peak seasons.”

കൂട്ടത്തിലുണ്ടായിരുന്ന കറുത്തു തടിച്ച തമിഴൻ.

പ്രഫസർ അയാളെ തറപ്പിച്ചൊന്നുനോക്കി. ‘ഇതു പറയേണ്ടത് ഞാനാണല്ലോ’ എന്ന ഭാവത്തിൽ. ഒരുനിമിഷം കഴിഞ്ഞ് വലതു ചൂണ്ടുവരിലുയർത്തിയിളക്കി ഒന്നുരണ്ടുവട്ടം മൂളി.

“Yes yes. You are correct. ലഡാക്ക്, ഹിമാലയം, മധ്യ-തെക്കു കിഴക്കേഷ്യ, കാസ്പിയൻ കടൽ, ആരൽ കടൽ, റഷ്യയുടെ വിദൂര ഭാഗങ്ങൾ, കസാക്കിസ്ഥാനിലെ കിർഗിസ് സ്റ്റെപ്പികൾ, ബൈക്കൽ ത്തടാകം എന്നിവിടങ്ങളിൽ നിന്നെത്തുന്ന ദേശാടനക്കിളികളുണ്ട്.”

അഭിപ്രായപ്രകടനം നടത്തിയ ആളെച്ചൂണ്ടി പ്രഫസർ തുടർന്നു: “ചിലവ പന്ത്രണ്ടായിരം കിലോമീറ്റർവരെ സഞ്ചരിക്കുന്നു.”

എന്തോ അപരാധം ചെയ്തുപോയതുപോലെ തടിയൻതമിഴൻ തലകുലുക്കി.

അതിരാവിലെ തടാകയാത്രയ്ക്കിറങ്ങിവരുടെ ചില ബോട്ടുകൾ തിരിച്ചുവരുന്നുണ്ട്. പരസ്പരം കൈവീശി അഭിവാദ്യം ചെയ്തു. അവർ കൈകൊണ്ട് വിജയമുദ്ര കാട്ടുന്നു. ഡോൾഫിനുകളെ കണ്ട സന്തോഷമാവാം.

“ഒറീസ്സയിലെ പുരി, ഖുർദ, ഖഞ്ജാം ജില്ലകളിലായാണ് ചിൽക്ക ത്തടാകം വ്യാപിച്ചു കിടക്കുന്നത്. ശരാശരി ആയിരത്തിഒരു ന്നൂറ് ചതുരശ്രകിലോമീറ്റർ വിസ്തൃതി. 4.2 കിലോമീറ്റർ ആഴം. 64.3 കിലോമീറ്റർ നീളം. മൺസൂൺകാലത്തും വേനൽക്കാലത്തും വിസ്തീർണം വ്യത്യാസപ്പെട്ടിരിക്കും.”

‘കാറ്റത്തെ കിളിക്കൂട്’ എന്ന സിനിമയിൽ ‘ഷെയ്ക്സ്പിയർ കൃഷ്ണപ്പിള്ള’യായി കോളേജ്ക്ലാസെടുക്കുന്ന ഭരത്ഗോപിയാണോ മുന്നിൽ!! അതേ ഭാവപ്പകർച്ച! അതേ ചേഷ്ടകൾ! അതേ ചലനങ്ങൾ! അതേ മൊഴിവഴക്കങ്ങൾ!

ബിഷ്ണോയ് ബോട്ട് ഒരു തുരുത്തിൽ അടുപ്പിച്ചു. അയാളുടെ കൂ

ട്ടാളി അവിടെയിറങ്ങി. ഉച്ചത്തിൽ എന്തോ വിളിച്ചുപറഞ്ഞുകൊണ്ട് പൊന്തക്കാടിനിടയിലൂടെ അവൻ ഓടി മറഞ്ഞു.

പെട്ടെന്നൊരാൾ വെള്ളത്തിൽനിന്നു മുങ്ങിപ്പൊങ്ങി ബോട്ടിലേക്കു ചാടിക്കയറി. എല്ലാരും ഞെട്ടിപ്പോയി.

ങേ! നരസിംഹത്തിലെ മോഹൻലാലോ!

"ഹായ്, ഷിബു"

ബിഷ്ണോയ് അവന് സലാം ചൊല്ലി പുറത്തേക്കിറങ്ങി. ഷിബു തോളിലെ ചാക്കുസഞ്ചിയിൽനിന്ന് എന്തൊക്കെയോ നിലത്തേക്കു ചെരിഞ്ഞു. കക്കയോ ചെളിക്കല്ലോ!

ആശാൻ എന്തൊല്ലാമോ പറയാൻ തുടങ്ങി. ഒറിയ കലർന്ന ഹിന്ദി. ആർക്കുമൊന്നും മനസ്സിലാവുന്നില്ല.

ചെരിഞ്ഞിട്ടതിൽ കക്കപോലുള്ള ഒന്നെടുത്ത് പലകമേൽവച്ച് കൈയിലെ ചുറ്റികകൊണ്ട് തല്ലിപ്പൊളിക്കാൻ തുടങ്ങി. ചീഞ്ഞുപോയ അത് പുറത്തേക്കെറിഞ്ഞു.

വേറൊന്നെടുത്ത് അടിച്ചു. ഉള്ളിൽനിന്ന് എന്തോ കൊഴുത്ത ദ്രവം പുറത്തേക്കൊഴുകുന്നു. അവൻ കൊഴുപ്പ് ഞെക്കിത്തള്ളി.

തിളങ്ങുന്ന ഒരു മുത്ത്. ഇരുകണ്ണുകളിലും ചേർത്ത് അവനത് ടീച്ചറുടെ കൈയിലിട്ടു.

"മാ, പ്രഭു നേ ആശിർവാദ് ദിയാ. യഹ് മോത്തി ഹെ." പുറത്തിറങ്ങി നിൽക്കുന്ന ബിഷ്ണോയ് വിളിച്ചുപറഞ്ഞു.

വെളുത്തുതിളങ്ങുന്ന മുത്ത്. ഷിബു ചുറ്റികയെടുത്ത് അതിൽ ശക്തിയായി ആഞ്ഞടിച്ചു. പൊട്ടുന്നില്ല. വെയിലിനു നേരെപിടിച്ച് കാണിച്ചു. നല്ല തിളക്കം. ലൈറ്റർ തെളിയിച്ച് തീനാളത്തിൽ കാട്ടി. ഉരുകുന്നില്ല. കത്തുന്നുമില്ല.

മറ്റുള്ളവ ഒന്നൊന്നായി എടുത്ത് അവൻ തല്ലിപ്പൊളിക്കാൻ തുടങ്ങി. ചിലത് വെറും കാലി. ചിലതിൽ മുത്തുകൾ.

ചുവപ്പ്, മഞ്ഞ, വെളുപ്പ്, നീല... ഓരോന്നായി അവൻ ടീച്ചറുടെ കൈവെള്ളയിലിട്ടു.

"ദസ് ഹസാർ രൂപയേ"

ഷിബു ഞങ്ങൾക്കുനേരെ കൈനീട്ടി. എല്ലാരും മുഖത്തോടു

മുഖം നോക്കി. കള്ളച്ചിരിയുമായി ബിഷ്ണോയ് ദൂരെ മാറിനിൽക്കയാണ്. ഞാനിടപെട്ടു :

"ദൊ സൗ രൂപയേ."

ടീച്ചറോട് മുത്തുകൾ വാങ്ങി അവൻ പോക്കറ്റിലിട്ടു. എന്തൊക്കെയോ പിറുപിറുത്തുകൊണ്ട് ചാടിയിറങ്ങിപ്പോയി.

"ആഓ. ചലിയേ." ഞാൻ ബിഷ്ണോയിയെ വിളിച്ചു. അവൻ ബോട്ടു സ്റ്റാർട്ടാക്കി. ഉടൻ ഷിബു ഓടി വന്നു.

"പാഞ്ച് ഹസാർ രൂപയേ സാബ്." ആരും മിണ്ടിയില്ല.

"ദൊ ഹസാർ." ങ്ഹൂ ഹും.

"ഏക് ഹസാർ."

ടീച്ചർക്ക് എന്നാൽ വാങ്ങാമെന്ന മട്ട്. കൂട്ടത്തിലുള്ളവർ സമ്മതിച്ചില്ല. ബോട്ടു നീങ്ങാൻ തുടങ്ങി. അവൻ ചാടി ബോട്ടിൽക്കയറി.

"ആട്ട് സൗ." അവൻ ടീച്ചറോട് കെഞ്ചി.

ടീച്ചർ ബാഗ് തുറക്കാൻ നോക്കവേ കൂട്ടത്തിൽ ഒരാൾ പോക്കറ്റിൽനിന്ന് മുന്നൂറ് രൂപയെടുത്തു കൊടുത്തു. അതു വാങ്ങി മുത്തുകൾ ടീച്ചറുടെ കൈയിലിട്ട് അവൻ ഇറങ്ങിപ്പോയി.

"മുത്തോ പ്ലാസ്റ്റിക്കോ ആർക്കറിയാം! ഏതായാലും കിടക്കട്ടെ." ടീച്ചറത് ഭദ്രമായി ബാഗിലിട്ടു.

"തടാകവും ലഗൂണും തമ്മിലെന്താണ് വ്യത്യാസം?" ഞാൻ പ്രഫസറോട് ചോദിച്ചു. ആ മുഖം വിടർന്നു. കണ്ണുകൾ തിളങ്ങി. മേലോട്ടുനോക്കി തലയൊന്നു കുടഞ്ഞു.

"വിവിധ കാരണത്താൽ ഭൂതലത്തിൽ രൂപപ്പെടുന്ന ഗർത്തങ്ങളിൽ ജലസംഭരണം നടന്നാണ് തടാകങ്ങൾ രൂപം കൊള്ളുന്നത്. ഉയരമുള്ള കരയുടെയോ ഹിമാനിനിരയുടെയോ സാന്നിധ്യം അവയ്ക്കു ചുറ്റിലും ഉണ്ടായിരിക്കും. വൻതോതിലുള്ള ജലസ്രോതസ്സുകളാണ് അവ. Water resources on massive scale."

ഇരയെക്കിട്ടിയ പുലിയുടെ ഭാവം. മുഖം വെട്ടിച്ച് ജുബ്ബക്കൈകൾ തെരുത്തുകയറ്റി പ്രഫസർ അരുളപ്പാട് പറയുകയാണ്.

"തടാകങ്ങൾക്ക് നാശം വരാം. മണൽ, മണ്ണ്, സസ്യങ്ങളുടെ അവ

ശിഷ്ടങ്ങൾ എന്നിവ വന്നടിഞ്ഞോ തടാകത്തിൽനിന്ന് പുറപ്പെടുന്ന നദികളിലൂടെ വെള്ളമൊഴുകി നഷ്ടപ്പെട്ടോ ആയിരിക്കാം നശിച്ചു പോവുന്നത്."

കൂടെ വന്നവരുടെ മുഖത്തുനോക്കി മനസ്സിലായോ എന്നു കൈയാംഗ്യം കാട്ടുന്നുണ്ടദ്ദേഹം. അവർ തലയാട്ടി മൂളുന്നു.

"ലോകത്തിന്റെ വിവിധ ഭാഗങ്ങളിൽ നിരവധി വിഖ്യാതതടാകങ്ങളുണ്ട്. ഇന്ത്യയിൽ വൻതടാകങ്ങൾ ഇല്ലെന്നുതന്നെ പറയാം."

അദ്ദേഹം കഴുത്തു ചെരിച്ച് ടീച്ചറെയൊന്നു നോക്കി. ടീച്ചർ ശ്രദ്ധിക്കാതെ ജലപ്പരപ്പിലേക്ക് കണ്ണും നട്ടിരിപ്പാണ്.

"Lagoons are separated from sea by sandbars, barrier reefs, coral reefs, or other natural barriers. The size and depth of coastal lagoons often depend on sea level. When the sea level is low, they are wet spongy lands. When sea level is high, it looks like coastal lakes or bays." മതിയോ എന്ന മട്ടിൽ എന്റെ നേരെയൊരു നോട്ടം.

ബോട്ട് വേറൊരു തുരുത്തിനരികിലൂടെ തിരിഞ്ഞുനീങ്ങിക്കൊണ്ടിരിക്കയാണ്.

"സൊമോളൊ-ദുംകുടി ദ്വീപുകളാണത്. ലഗൂണിന്റെ നടുവിൽ തെക്ക് ഭാഗത്താണ് നാമിപ്പോൾ." പ്രഫസർ ചൂണ്ടിപ്പറഞ്ഞു.

"നിരവധി ദ്വീപുകൾ ഇതിലുണ്ട്. പരികുഡ്, ഫുൾബാരി, ബെറാപുര, നുവാപാര, നൽബാന, തമ്പാറ..."

അപകടം മണത്ത ടീച്ചർ രണ്ടുമൂന്ന് ഓറഞ്ച് അദ്ദേഹത്തിന്റെ കൈയിൽ വച്ചുകൊടുത്തു. എല്ലാവർക്കും ഓരോന്നു നൽകി.

ഒരു ചെറുപുഞ്ചിരിയോടെ പ്രഫസർ അതു വാങ്ങി. ശാന്തനായ കൊച്ചുകുട്ടിയെപ്പോലെ സാവധാനത്തിൽ നാരങ്ങാത്തൊലി കളഞ്ഞ് അല്ലികൾ നുണഞ്ഞ് വിദൂരതയിലേക്ക് കണ്ണയച്ച് ഒതുങ്ങിയിരുന്നു.

തടാകത്തിന്റെ നടുത്തടത്തിലെത്തി. അതിരുകൾ കാണാത്ത, ഓളങ്ങളില്ലാത്ത പയോരാശി. ബോട്ടുവരയ്ക്കുന്ന നീർച്ചാലു മാത്രം. പളുങ്കുപോലുള്ള തണുത്ത വെള്ളം. വെൺമേഘങ്ങളുടെ നിഴൽ.

അപ്പുറത്ത് ദൂരെയെവിടയോ ഇളകി മറയുന്ന ബംഗാളുൾക്ക

ടൽ. മറുഭാഗത്തെവിടയോ തലയുയർത്തിനിൽക്കുന്ന പൂർവഘട്ട നിരകൾ. കാണാപ്പുറങ്ങൾ.

ഒരുഭാഗത്ത് നിതാന്തചലനം. മറുഭാഗത്ത് നിത്യമായ അചഞ്ച ലത. നടുവിൽ നീട്ടിവിരിച്ചിട്ട നീലക്കമ്പളം പോലെ വിശാലമായ ജലപ്പരപ്പ്.

ആഴങ്ങളിൽ അനവധിയായ മത്സ്യജാലങ്ങളെയും ഡോൾഫി നുകളെയും മുത്തുച്ചിപ്പികളെയും അപരിമേയമായ ജലജീവി കളെയും ഗർഭംപൂണ്ട് ആകാശോന്മുഖിയായി കിടക്കുന്ന തടാക ഗരിമ.

ചുറ്റിലും വാനസീമയുടെ വൃത്തപരിധി. ഒരു കൊച്ചുവഞ്ചിയിൽ ഞങ്ങൾ ഏഴുപേർ മാത്രം. കത്തുന്ന വെയിലിൽ തണുത്തകാറ്റിന്റെ തലോടൽ.

മണിക്കൂർ രണ്ടു കഴിഞ്ഞു. വെള്ളം കുടിച്ചും ബിസ്ക്കറ്റു തിന്നും വെടിപറഞ്ഞിരിപ്പാണ് തമിഴന്മാർ. ടീച്ചർ എന്നോട് ഓരോ കുശല ങ്ങൾ പറയുന്നു. പ്രഫസർ ഓറഞ്ചു തിന്നുകഴിഞ്ഞിട്ടില്ല.

"മുന്നിൽ കാണുന്നത് ആരോടെന്നില്ല, ചറപറാ പറഞ്ഞു കൊണ്ടിരിക്കും. കിട്ടുന്നവരെ കത്തിവച്ചുകൊല്ലും. സൂര്യനു കീഴി ലുള്ള എന്തും തനിക്കറിയാമെന്ന ഭാവമാണ്. ഇത്തിരി പൊങ്ങച്ച മുണ്ടെന്നേയുള്ളൂ. പാവമാണ്. ഒന്നും വിചാരിക്കരുത്." ടീച്ചർ അദ്ദേ ഹത്തെ നോക്കി എന്നോട് പതിഞ്ഞ സ്വരത്തിൽ പറഞ്ഞു.

ബിഷ്ണോയ് ബോട്ടിനു സ്പീഡുകൂട്ടി. വെള്ളത്തിൽ ചില അന ക്കങ്ങൾ.

"ദേഖിയേ, ദേഖിയേ"

അതിലേക്ക് ചൂണ്ടി അവൻ വിളിച്ചു കൂവി. ജലപ്പരപ്പിലൂടെ എന്തോ നീങ്ങുന്നു. നേർരേഖയിൽ ഒരു നീരിളക്കം. തലപൊക്കി അതാ ഒറ്റച്ചാട്ടം.

ഡോൾഫിൻ!

ബിഷ്ണോയ് ബോട്ട് ഒന്നു വട്ടംകറക്കി. അപ്പുറത്തും ഇപ്പുറ ത്തുമായി ഡോൾഫിൻതലകൾ ആകാശത്തേക്ക് ഉയർന്നുചാടുന്നു. വളഞ്ഞു പൊങ്ങി വെള്ളത്തിൽ വീണുമുങ്ങുന്നു. ചുറ്റിലും നിരവ

ധിയെണ്ണം.

തലങ്ങും വിലങ്ങും. കുതികുതിച്ച്. ചാടിയമർന്ന്. ഊളിയിട്ടും ഉയർന്നുതുള്ളിയും. വെള്ളത്തിൽ പൊങ്ങിത്താഴുന്ന വെള്ളിയുരുളികൾ. വെയിലിന്റെ ചില്ലുപാളിയെ ഭേദിച്ച് തലവെട്ടിച്ച് മേലോട്ടു ചാടിയും വാലിൻകൊമ്പുയർത്തി മുങ്ങിത്താണുമുള്ള ജലനടനം.

വായുവിൽ കുതിച്ചുയരുമ്പോൾ ചീറ്റിത്തെറിക്കുന്ന വെള്ളത്തിന്റെ സ്ഫടികത്തരികൾ. ക്യാമറക്കണ്ണിനു പിടികൊടുക്കാതെ അതിദ്രുതമായ ചലനങ്ങൾ.

ചിൽക്കയുടെ ദൃശ്യവിരുന്ന്. തടാകസഞ്ചാരത്തിന്റെ സാഫല്യം.

ഇറാവാഡി വിഭാഗത്തിൽപ്പെട്ട ഡോൾഫിനുകളാണ് ചിൽക്കയുടെ നിധി. ഓർക്കെല്ല ബ്രെവിറോസ്ട്രിസ് എന്ന് ശാസ്ത്രനാമം. ഏതാണ്ട് നൂറ്റിമുപ്പതെണ്ണം. വംശനാശഭീഷണി നേരിടുന്നവ.

കടലിൽനിന്ന് ലഗൂണിലേക്ക് കുടിയേറുന്ന ബോട്ടിൽനോസ് ഡോൾഫിനുകളും ചിലപ്പോൾ കാണാറുണ്ടെന്ന് ബിഷ്ണോയ് പറഞ്ഞു. ഇറാവാഡി ഡോൾഫിനുകൾ ഇവയെ കാണുമ്പോൾ പേടിച്ച് ഉള്ളിലോട്ടു മാറിക്കളയുമത്രേ.

സമീപത്തുള്ള മറ്റ് നാലഞ്ച് ബോട്ടുകളും പറന്നെത്തുന്നു. ബോട്ടുകളുടെ എണ്ണം കൂടിയതോടെ അവ കുതിക്കാൻ തുടങ്ങി. ജലനിരപ്പിൽ ഓളച്ചാലുകൾ കീറി തടാകക്കയത്തിലേക്കു രക്ഷപ്പെട്ടു.

കഴിഞ്ഞദിവസങ്ങളിൽ മനസ്സുനിറച്ചത് മനുഷ്യകരങ്ങളുടെ കലാവിസ്മയങ്ങളായിരുന്നു. ഇന്നിതാ കൺമുന്നിൽ ദൈവത്തിന്റെ കരകൗശലം.

അന്തമറ്റ സൗന്ദര്യത്തികവോടെ ചില അദ്ഭുതങ്ങൾ പ്രകൃതി നമുക്കായി കാത്തുവച്ചിരിക്കയാണ്. ചിലയിടങ്ങളിൽ കാഴ്ചയുടെ കൊച്ചുകൗതുകങ്ങൾ. മറ്റിടങ്ങളിൽ സ്വപ്നസദൃശമായ വിസ്മയാനുഭവങ്ങൾ.

പർവതങ്ങളിലും നദികളിലും. താഴ്വരകളിലും മരുഭൂമികളിലും. സമുദ്രത്തിലും തടാകത്തിലും. പാറകളിലും മണൽപ്പരപ്പിലും. കുന്നിൻചെരിവുകളിലും നീർത്തടങ്ങളിലും. ഹിമപ്പരപ്പുകളിൽ. വനാന്തരങ്ങളിൽ. കൃഷിഭൂമികളിൽ. ഗ്രാമവീഥികളിൽ. ജൈവവൈവി

ധ്യങ്ങളിൽ. മനുഷ്യപ്രകൃതിയിൽ...

ഓരോ ദേശത്തും ഓരോ ഭാവത്തിൽ. ഓരോ താളത്തിൽ. ഓരോ ലയത്തിൽ. ഓരോ തലത്തിൽ...

പ്രകൃതിയുടെ പ്രദർശനശാലകൾ. പ്രകൃതിയുടെ സാലഭഞ്ജികകൾ. പ്രകൃതിയുടെ പ്രാസാദങ്ങൾ. പ്രകൃതിയുടെ വർണചേലകൾ. പ്രകൃതിയുടെ ആടയാഭരണങ്ങൾ. കൈമുദ്രകൾ. കാൽച്ചിലങ്കകൾ. ഗാനവീചികൾ.

പഞ്ചേന്ദ്രിയങ്ങളിൽ, അകതാരിൽ, അന്തരാത്മാവിൽ അനുഭൂതിയുടെ പ്രപഞ്ചനടനം.

ഓരോ യാത്രയും ഓരോ പുനർജനിയാണ്.

സഞ്ചാരികളുടെ വിരുന്നുവരൽ ഡോൾഫിനുകളുടെ നാശത്തിനു കാരണമാവാറുണ്ടത്രേ. നമുക്കു കൗതുകം. അവയ്ക്ക് ദോഷം. ഓർത്തപ്പോൾ മനസ്സിലൊരു കൊളുത്തിപ്പിടുത്തം.

ബിഷ്ണോയ് ബോട്ടുതിരിച്ചു.

ലഗൂണും കടൽത്തീരവും ചേരുന്ന ബാരിയർ ബീച്ച്. ബിഷ്ണോയ് ബോട്ട് കരയിൽ മണൽത്തിട്ടയിലേക്ക് വലിച്ചുകയറ്റി. വേറെയും ചില ബോട്ടുകൾ അവിടെയുണ്ട്.

“റെജാൻസ എന്നാണ് ഈ ബാരിയർബീച്ചിനു പേര്. അറുപത് കിലോമീറ്ററോളം നീളം.”

പ്രഫസർ കർത്തവ്യം നിർവഹിച്ചു.

“സാബ്, ആധാ ഘണ്ടേ.” ബിഷ്ണോയ് വിളിച്ചുപറഞ്ഞു.

എല്ലാവരും ഇറങ്ങി. പ്രഫസർ വായ തുറക്കുംമുമ്പ് വേഗത്തിൽ മുന്നോട്ടു നടന്നു. കൂടെയുള്ളവരെ കച്ചവടക്കാർ പൊതിഞ്ഞു. മറ്റു ബോട്ടുകളിൽനിന്നിറങ്ങിയവർ കച്ചവടക്കാർക്ക് പിടികൊടുക്കാതെ നേരെ ബീച്ചിലേക്ക് വച്ചുപിടിക്കുന്നതു കണ്ടു.

അഞ്ചാറ് കടകൾ. ഒന്നിലേക്കു കയറി. ഇളനീരും ചായയും ലഘുഭക്ഷണവുമുണ്ട്. വിശക്കുന്നു. രാവിലെ കാര്യമായി ഒന്നും കഴിച്ചിട്ടില്ല. ഒരു ഇളനീരിനു പറഞ്ഞു.

ഇന്നലെ അത്താഴം. സദ്പാദയിലെ നാട്ടുകവലയിലെ ഒരു ചായക്കട. ഇതേപോലെ ചുറ്റിമറച്ച തട്ടുപന്തൽ.

മുന്നിൽത്തന്നെ ചില്ലിട്ട അലമാരയിൽ മധുരപലഹാരങ്ങൾ നിറച്ചുവച്ചിരിക്കുന്നു. അകത്തും പുറത്തുമുള്ള ബഞ്ചുകളിൽ അപ്പുറവുമിപ്പുറവുമിരുന്ന് ഭക്ഷണം കഴിച്ചുകൊണ്ടിരിക്കുന്ന നാലഞ്ച് ഗ്രാമീണർ. ജോലി കഴിഞ്ഞിറങ്ങിയെത്തിയ ചെറുപ്പക്കാരാണ്.

നടുക്ക് പ്ലേറ്റിൽ ചപ്പാത്തി. ഇടത്തെ ബൗളിൽ സബ്ജി. വലത്തെ ബൗളിൽ രസഗുള. അല്ലെങ്കിൽ ഗുലാബ്ജാം. നീളൻമുളകിൽ ചപ്പാത്തിചുറ്റി ഒരു കടി. ഇടത്തെകൈകൊണ്ട് സബ്ജിയും വലത്തെ കൈകൊണ്ട് രസഗുളയും മാറിമാറി കോരിക്കുടിക്കുന്നു. തീരുന്നതിനനുസരിച്ച് പ്ലെയിറ്റുകളിൽ വിഭവങ്ങൾ വന്നുകൊണ്ടേയിരിക്കും. മതിയെന്നു പറയുംവരെ.

അവസാനം തേൻകുഴലോ പേഡയോ വാങ്ങിത്തിന്നും. പിന്നെ നേരെ മുറുക്കാൻകടയിലേക്ക്.

ചപ്പാത്തി സബ്ജിയിൽ മുക്കിത്തിന്നുന്ന എന്നെ ഒരു വിചിത്ര ജീവിയായാണ് അവർ ഒളികണ്ണിട്ട് നോക്കിയത്.

കൂട്ടരെല്ലാം കടലു കാണാൻ പോയോ. തിരിച്ച് ബോട്ടിലേക്കു പോയോ. ആവോ. ഇളനീരും കാമ്പും കഴിച്ചു. ഒരു ബണ്ണും രണ്ടും പഴവും. വിശപ്പൊന്നകന്നു.

കടയ്ക്കു പിറകിൽ വളർന്നു നിൽക്കുന്ന നീളൻപുല്ലുകളുടെയും കുറ്റിച്ചെടികളുടെയും നീണ്ടനിര. അതിനെ പിളർന്നുകൊണ്ട് അവിടവിടെ ചില നടവഴികൾ. ഒന്നിലൂടെ നടന്ന് അപ്പുറത്തെത്തി.

മുന്നിൽ കടലിരമ്പം. മണൽത്തരികളിലേക്ക് നുരച്ചുകയറുന്ന വേലിയേറ്റത്തിരകൾ. ബംഗാൾ ഉൾക്കടൽ. പുരിയിലും കൊണാറക്കിലും കണ്ട അതേ കടൽ. തണുത്ത കടൽക്കാറ്റ്. ഉച്ചിയിൽ സൂര്യൻ.

തിരിഞ്ഞുനോക്കി. അപ്പുറത്ത് ഒരു ലഗൂൺ ഉള്ളതിന്റെ ലക്ഷണമേയില്ല. കടലിന്റെ കാഴ്ചയും ശബ്ദവും ലഗൂണിൽനിന്ന് മറയ്ക്കുന്നു നടുവിലെ കുറ്റിക്കാട്.

അൽപ്പനേരം ആ മണലിലിരുന്നു. യാത്രകരിൽ ചിലർ അവടവിടെ ഒറ്റയ്ക്കും ഇരട്ടയ്ക്കും കൂട്ടായും നടക്കുന്നു. കടലിലിറങ്ങാൻ

ശ്രമിക്കുന്നവരെ ഗാർഡുകൾ വിലക്കുന്നുണ്ട്. അവരുടെ കണ്ണുവെട്ടിച്ച് കടലിലേക്കിറങ്ങാൻ ശ്രമിച്ച് പേടിച്ച് പിൻമാറുന്ന ചില യുവാക്കളും കുട്ടികളും.

പടമെടുപ്പ്. മണൽവാരിയെറിയൽ. വെള്ളം തേവൽ. തിരതട്ടിത്തെറിപ്പിൽ. ഇറങ്ങിയും കയറിയുമുള്ള പാച്ചിലുകൾ. കടൽത്തീര കേളികൾ പലവിധം.

വെയിലിന്റെ ചൂടിന് കാഠിന്യമില്ല. ഉപ്പുകാറ്റിന് കരുത്തുമില്ല.

ലഗൂണിനെയും കടലിനെയും വേർതിരിക്കുന്ന നേർത്ത മണൽവരമ്പ്. ശരാശരി വീതി നൂറ്റമ്പത് മീറ്ററത്രേ. ചിലയിടങ്ങളിൽ അവിടവിടെ സമാന്തരശ്രേണികളുണ്ട്.

മുനമ്പിന്റെ തെക്കുഭാഗത്താണ് വലുപ്പവും ഉയരവുമുള്ള മണൽത്തിട്ടയുള്ളത്. വടക്കുഭാഗത്ത് ഉയരം കുറഞ്ഞ ഒറ്റമണൽത്തിട്ടമാത്രം. രണ്ടിനുമിടയിലുള്ള ചെറിയൊരു വിടവാണ് കടലിനെയും തടാകത്തെയും ബന്ധിപ്പിക്കുന്നത്.

മണൽത്തിട്ട. നടുവിൽ വരയിട്ടതുപോല ഇടതിങ്ങിയ കുറ്റിക്കാട്. കടലും ലഗൂണും മണൽത്തിട്ടയും കുറ്റിക്കാടും ചേർന്ന വിചിത്രചാരുതയാർന്ന ഒരു ഭൂഭാഗം.

മണൽത്തിട്ടയിലൂടെ ഇത്തിരി തെക്കുവടക്കു നടന്നു. വേലിയിറക്കമായെന്നു തോന്നുന്നു. തിരകളുടെ കയറ്റം കുറഞ്ഞു തുടങ്ങി.

പ്രഫസറും സംഘവും എന്നെയും കാത്ത് ബോട്ടിൽ വന്നിരിപ്പാണ്. തിരിച്ചു കരയിലേക്ക്.

മണിക്കൂറുകളായുള്ള ജലയാനം. തിരത്തേക്കു മടങ്ങുന്ന ബോട്ടുകളുടെ നിര. ബോട്ടോടിക്കുന്ന പയ്യന്മാരുടെ കൂവിവിളികൾ. അങ്ങോട്ടുമിങ്ങോട്ടും കൈവീശി അഭിവാദ്യം ചെയ്യുന്ന സഞ്ചാരികൾ.

കരയുടെ കാഴ്ച ഇതാ അടുത്തടുത്തു വരുന്നു. പിറകിൽ തടാക ഗരിമ വലുതായിക്കൊണ്ടിരിക്കുന്നു.

തമിഴന്മാർ മുറുക്കിത്തുപ്പി വെടിപറഞ്ഞിരിപ്പാണ്. ടീച്ചർ പിറകിലേട്ടു നോക്കി മൂകമായിരിക്കുന്നു. ബിസ്ക്കറ്റിന്റെ ഒഴിഞ്ഞ കവ

റുകളും നാരങ്ങാത്തൊലികളും കാലിയായ വെള്ളക്കുപ്പികളും നിറഞ്ഞ ഒരു കവർ കൈയിൽ മുറുപ്പെിടിച്ചിട്ടുണ്ട്. അവ തടാകത്തിൽ ഉപേക്ഷിക്കാൻ പാടില്ലയെന്ന സ്വയതീരുമാനം. ബാഗിലെ ഇരുട്ടിലി രുന്ന് ഷിബുവിന്റെ മുത്തുകൾ ഊറിച്ചിരിക്കുന്നുണ്ടാവും.

തൊപ്പിയഴിച്ച് മടിയിൽവച്ച് കണ്ണടയൂരി പോക്കറ്റിലിട്ട് കണ്ണട ച്ചിരിപ്പാണ് പ്രഫസർ. നീണ്ടുനിവർന്ന് കൈകൾകെട്ടി അറ്റത്തെ ബഞ്ചിൽ ഏകനായി.

കാറ്റത്തു പാറുന്ന ചുരുളൻമുടിയുടെ വെള്ളിനാരുകൾ. പറക്കുന്ന ജൂബത്തുമ്പുകൾ. വരമ്പത്ത് ധ്യാനത്തിലിരുക്കുന്ന വെള്ളക്കൊക്കു പോലെ.

മടക്കത്തിന്റെ വിഷാദമോ! യാത്രയുടെ സാഫല്യമോ! ദൗത്യ നിർവഹണത്തിന്റെ സംതൃപ്തിയോ! തിരച്ചറിവിന്റെ ശാന്തിയോ!

മൗനം കുടിച്ചിരിക്കുന്ന വാചാലത. നരവന്നുമൂടിയ വളുത്തു മെലിഞ്ഞ മുഖത്ത് കൊച്ചുകുഞ്ഞിന്റെ നൈർമ്മല്യം. ഓമനത്തം. അടഞ്ഞ കൺപീലികളിൽ നനവ്.

പെയ്തൊഴിഞ്ഞ മഴയുടെ ആർദ്രത.

ബിഷ്ണോയ് ബോട്ട് കരയ്ക്കടുപ്പിച്ചു. വെറ്റിലക്കറപിടിച്ച പല്ലു കാട്ടി ചിരിച്ചുകൊണ്ട് എല്ലാവരോടും കൈകൂപ്പി.

മഴ എനിക്കുമുമ്പേ തിരിച്ചുപോയോ...

9

ക്ഷണികസൗഹൃദങ്ങളുടെ പാഥേയം

എഴുന്നേൽക്കാൻ വൈകിപ്പോയിരുന്നു. ഒമ്പതുമണിക്കാണ് വണ്ടി. ഒരുവിധത്തിൽ കുളിയും മറ്റും കഴിച്ചു. ലഗേജെടുത്ത് റൂം ചെക്കൗട്ട് ചെയ്ത് റോഡിലേക്കിറങ്ങി. തൊട്ടടുത്താണ് റെയിൽവേ സ്റ്റേഷൻ.

"സാബ്, ഏക് ഘണ്ടേ മേം സഹർ മേം ഘൂം സക്തേ ഹൈം. ചാലീസ് രൂപയേ കാഫി ഹൈ."

ഗെയിറ്റിൽ ഒരു സൈക്കിൾ റിക്ഷാക്കാരൻ. വൃദ്ധൻ. അവശൻ. കൈകൂപ്പി വണങ്ങി നിൽക്കുന്നു.

ഭുവനേശ്വർ നഗരത്തിലൂടെ സൈക്കിൾറിക്ഷയിൽ ഒന്ന് കറങ്ങണമെന്ന് കരുതിയിരുന്നു. ഇന്നലെ ചിൽക്കയിൽനിന്ന് തിരിച്ചെത്തിയപ്പോൾ രാത്രിയായി. അയാളെ നോക്കി ഒന്നു ചിരിക്കുക മാത്രം ചെയ്ത് വേഗത്തിൽ സ്റ്റേഷനിലേക്ക് നടന്നു.

സ്റ്റേഷനിൽ വലിയ തിരിക്കാണ്. ഉദ്യോഗസ്ഥർ, കച്ചവടക്കാർ, വിദ്യാർഥികൾ, ടൂറിസ്റ്റുകൾ, തൊഴിലാളികൾ, തൊഴിലില്ലാത്തവർ, കുട്ടികൾ, സ്ത്രീകൾ, വൃദ്ധർ, യുവാക്കൾ, കുടുംബങ്ങൾ, യാത്രാസംഘങ്ങൾ. വടക്കോട്ടും തെക്കോട്ടും പോവേണ്ടവർ. ഇടയിൽ വകഞ്ഞ് പുളഞ്ഞു അങ്ങോട്ടുമിങ്ങോട്ടും നീങ്ങുന്ന കൂലികൾ, വിൽപ്പനക്കാർ. അലഞ്ഞുതിരിയുന്ന യാചകർ. ആ പുരുഷാരത്തി

ലൊരാളായി തിക്കിത്തിരക്കി ഇൻഫർമേഷൻ കൗണ്ടറിനു മുന്നിലെത്തി.

ടിക്കറ്റ് കൺഫേം ചെയ്യണം. ആർ.എ.സി ആയിരുന്നു. ബോഗിയും സീറ്റുമറിയണം. കൗണ്ടറിന്റെ ചില്ലുതുളയിലൂടെ ഒരുപാടു കൈകളും ചുണ്ടുകളും അകത്തേക്ക് കടന്നിട്ടുണ്ട്. ഇരിക്കുന്ന ഉദ്യോഗസ്ഥൻ ശാന്തനായി ഓരോന്നിനും മറുപടി പറയുന്നു.

ഒരുവിധത്തിൽ എന്റെ ടിക്കറ്റ് അയാളുടെ കൈയിൽ എത്തി. പരിശോധിച്ച് ബോഗിയും സീറ്റും പുറത്ത് കുറിച്ചിട്ടുതന്നു. ഭാഗ്യം, ബർത്ത് അലോട്ട് ആയിരിക്കുന്നു.

കൗണ്ടറിൽനിന്ന് പുറത്തു കടക്കുമ്പോൾ ഡിസ്പ്ലെ ബോർഡിലേക്കൊന്നു നോക്കി. വണ്ടി വരാറായോ. ഗോഹോട്ടി-കൊച്ചിൻ എക്സ് പ്രസ്സ്. രണ്ട് മണിക്കൂർ ലേറ്റ് എന്ന് എഴുതിക്കാണിക്കുന്നു. ശരിയോ എന്നറിയാൻ ഇൻഫർമേഷൻ കൗണ്ടറിലേക്ക് വീണ്ടും തിരിഞ്ഞു.

കടന്നൽക്കൂടിന്റെ തിരക്കു കണ്ട് പിൻവലിഞ്ഞു. എക്സിറ്റിനരികിൽ നിൽക്കുന്ന ഒരു പോലീസുകാരനോട് തിരക്കി. ആ വണ്ടി ഇത് സ്ഥിരം പതിവാണത്രേ. വൈകുമെന്ന് ഉറപ്പാണ്.

പ്ലാറ്റ്ഫോമിലൂടെ അങ്ങോട്ടുമിങ്ങോട്ടും നടന്നു. രണ്ടു മണിക്കൂർ ഇനി എന്തുചെയ്യും. പെട്ടെന്ന് സൈക്കിൾറിക്ഷക്കാരനെ ഓർമ്മ വന്നു. ലഗേജ് ക്ലോക്ക് റൂമിൽ വച്ച് പുറത്തിറങ്ങി അങ്ങോട്ടു നടന്നു. ആൾ അവിടെത്തന്നെയുണ്ട്.

കണ്ടപാടെ നിറഞ്ഞ ചിരിയുമായി അയാൾ തൊഴുതു. റിക്ഷയിൽ കയറുമ്പോൾ വീണ്ടും തൊഴുതു. അനിഷേധ്യമായ ഒരു നിയോഗത്തിനായി കാത്തുനിൽക്കയായിരുന്നു എന്ന മട്ടിൽ.

റിക്ഷ പതുക്കെ ഉന്തിയുരുട്ടി മുന്നോട്ടുനീക്കി. നീങ്ങിക്കൊണ്ടിരിക്കേ ഒറ്റച്ചാട്ടത്തിന് അതിൽ കയറിയിരുന്നു.

മുഖം നിറയെ വളർന്നുമുറ്റിയ നരച്ച താടി. മുറുക്കാൻകറ പിടിച്ച ചുണ്ടുകൾ. മുഷിഞ്ഞ തലപ്പാവ്. അവിടവിടെ കീറി നിറം മങ്ങിയ ചാരനിറത്തിലുള്ള നീളൻകുപ്പായം. അതേനിറത്തിലുള്ള കാൽസറായിയും. മെലിഞ്ഞുണങ്ങിയ ശരീരം.

"ഹരെ ചാച്ചാ, ആപ് കാ നാം ക്യാ ഹെ?"

"ഗംഗാധർ മൊഹന്തി." റിക്ഷയുടെ ഹാൻഡിലിൽനിന്ന് പിടി വിട്ട് പിറകോട്ടു തിരിഞ്ഞ് അയാൾ കൈകൂപ്പി പുഞ്ചിരിച്ചു.

"ആപ് കാ ദേശ്?"

"സാഹിദ്നഗർ." നേരത്തെപ്പോലെ പിറകോട്ട് തിരിഞ്ഞ് കൈകൂപ്പി പുഞ്ചിരിച്ചു.

പാവം മനുഷ്യൻ. വളരെ പ്രായമായിരിക്കുന്നു. ഒന്നുകിൽ ദാരിദ്ര്യം. അല്ലെങ്കിൽ അറിയാവുന്ന തൊഴിൽ നിർത്താനുള്ള വൈമനസ്യം. തളർന്നു വീഴുന്നതുവരെ എന്തെങ്കിലുമൊക്കെ ചെയ്തുകൊണ്ടിരിക്കാനുള്ള ത്വര. പഴകിയ ഈ ചവിട്ടുവണ്ടി ജീവിതത്തിന്റെ ഭാഗമായി മാറിയിരിക്കയാവാം.

അയാൾ റിക്ഷ ആഞ്ഞു ചവിട്ടുകയാണ്. ശാന്തനായി, നിസ്വനായി. റിക്ഷക്കിരുവശവും ചെറുമണികൾ കോർത്തുകെട്ടിയലങ്കരിച്ച മാലകളുടെ കിലുകിലാ ശബ്ദം.

മനോഹരമായ നഗരം. വിശാലമായ വൃത്തിയുള്ള വീഥികൾ. ഇരുവശങ്ങളിലും തണൽമരങ്ങൾ. വീതിയുള്ള നടപ്പാതകൾ. അവയോടു ചേർന്ന മതിലുകളിൽ പടചിത്രയോട് സാമ്യമുള്ള പരമ്പരാഗതമായ ചിത്രവേലകൾ.

മതിലുകൾക്കപ്പുറത്ത് ഒതുങ്ങിയ കെട്ടിടങ്ങൾ. വളപ്പുകളിൽ നിറയെ ചെടികളും മരങ്ങളും പുൽമേടുകളും ഉദ്യാനങ്ങളും. ഇടയ്ക്കിടെ വൃത്തിയും ഭംഗിയും സൗകര്യവുമുള്ള ഒതുങ്ങിയ ബസ്സ്റ്റോപ്പുകൾ. വൃത്തിയും വീതിയുമുള്ള നടപ്പാതകൾ.

ഗംഗാധർ മൊഹന്തി ഒന്നും സംസാരിക്കുന്നില്ല. ചോദിച്ചാൽ ഒന്നോ രണ്ടോ വാക്കിൽ മറുപടി. അത്രമാത്രം. അപ്പോഴൊക്കെ ഹാൻഡിൽ പിടിവിട്ട് തല തിരിച്ച് കൈകൂപ്പും. അതൊഴിവാക്കാൻ പിന്നീട് അയാളോട് ഒന്നും ചോദിക്കാൻ മെനക്കെട്ടില്ല.

ആരോടും സംസാരിക്കാനില്ലാതാവുമ്പോൾ പിന്നെ നമുക്ക് സ്വയം സംസാരിക്കാം. അതാവുമ്പോൾ ശബ്ദം പുറത്തുവരേണ്ട. ഭുവനേശ്വറിനെക്കുറിച്ച് കേട്ടറിഞ്ഞതും വായിച്ചറിഞ്ഞതും പറഞ്ഞറിഞ്ഞതും മനസ്സിലേക്ക് പൊങ്ങിവരാൻ തുടങ്ങി.

ജംഷഡ്പൂറിനും ചണ്ഡിഗഢിനും ഒപ്പം ആധുനിക ഇന്ത്യയിലെ

ആദ്യത്തെ ആസൂത്രിത നഗരങ്ങളിലൊന്ന്. ജർമ്മൻ ആർക്കിടെക്റ്റായ ഓട്ടോ കോണിസ്ബർഗറാണ് ആധുനിക ഭുവനേശ്വർ രൂപകല്പന ചെയ്തത്. 1946 ൽ. ഭുവനേശ്വറും കട്ടക്കും ഇരട്ടനഗരങ്ങളായി കണക്കാക്കപ്പെടുന്നു.

നഗരത്തെ പല യൂണിറ്റുകളായി തിരിച്ചിരിക്കുന്നു. ഓരോന്നിലും സ്കൂളുകൾ, ആശുപത്രികൾ, ഷോപ്പിങ്സെന്ററുകൾ, കളിസ്ഥലങ്ങൾ എന്നിവ ഉണ്ടായിരിക്കും. അഞ്ചാമത്തെ യൂണിറ്റിലാണ് ഭരണകേന്ദ്ര ങ്ങളുള്ളത്. സാഹിദ്നഗർ, സത്യനഗർ എന്നിവ പാർപ്പിടപ്രദേശങ്ങളാണ്.

ദേശീയപാത അഞ്ചിന്റെ വടക്കുഭാഗത്തുള്ള പ്രദേശങ്ങളാണ് നായപള്ളി, ജയദേവ് വിഹാർ, ചന്ദ്രശേഖർപൂർ, ശൈലശ്രീ വിഹാർ, നീലദ്രി വിഹാർ എന്നിവ. വടക്ക്, വടക്കുകിഴക്ക്, തെക്ക് പടിഞ്ഞാറ് ഭാഗങ്ങളിലാണ് നഗരത്തിന്റെ വളർച്ച. വന്യജീവി സങ്കേതവും കുവായ്നദിയും കാരണം നഗരത്തിന് കിഴക്കോട്ട് വളരാനാവില്ല.

ഈ പുതിയ നഗരത്തിനപ്പുറത്ത് പഴയനഗരം ഒളിഞ്ഞിരിപ്പുണ്ട്. പഴമയും പുതുമയും കൈകോർത്തു നിൽക്കയാണ് ഭുവനേശ്വറിൽ. കഴിഞ്ഞ ദിവസം ശ്യാമിനൊപ്പം പോയ വഴികൾ ഒഴിവാക്കാൻ ഞാൻ റിക്ഷക്കാരനോട് പറഞ്ഞു.

മനോവിചാരങ്ങളോടൊപ്പം ചുറ്റിലുള്ളതൊക്കെ കണ്ണുതുറന്നു കണ്ടുകൊണ്ടേയിരുന്നു. സെക്രട്ടേറിയറ്റ്, അസംബ്ലി, രാജ്ഭവൻ. ആടയാഭരണങ്ങളില്ലാത്ത ലളിതമായ കെട്ടിടസമുച്ചയങ്ങൾ. റോഡിൽ വലിയ തിരിക്കില്ല.

പ്രധാനറോഡിൽനിന്ന് ഉള്ളിലേക്കു കടന്ന് മറ്റൊരു റോഡിലെത്തി. ചെറിയ ചെറിയ ഫ്ളാറ്റുകളാണ്. അവിടെനിന്ന് തിരിഞ്ഞു കറങ്ങി കയറിച്ചെന്നത് മാർക്കറ്റുകളിൽ. ചെറുതും വലുതുമായ പലവിധകടകൾ. താൽക്കാലികവും സ്ഥിരവുമായ കച്ചവടപ്പുരകൾ. ഇത്തിരി തിരക്കുണ്ട്. വാങ്ങാൻ വരുന്നവരും വിൽക്കാൻ വരുന്നവരും.

ചുറ്റിത്തിരിഞ്ഞ് ചുറ്റിത്തിരിഞ്ഞ് ഒരു മണിക്കൂർ കഴിഞ്ഞു. ഗംഗാധർ മൊഹന്തിയുടെ മനോഘടികാരം കൃത്യമായിരുന്നു. സ്റ്റേഷനു മുന്നിൽ റിക്ഷ നിർത്തി. താഴെയിറങ്ങി കൈകൂപ്പി നിന്നു. ഞാനയാൾക്ക് അമ്പതു രൂപ കൊടുത്തു. പണം വാങ്ങി ഇരുകണ്ണുകളിലും ചേർത്ത് തൊഴുതു. പത്തുരൂപ എനിക്ക് തിരിച്ചുനീട്ടി. എത്ര

നിർബന്ധിച്ചിട്ടും അയാൾ അതെന്നെ പിടിപ്പിച്ചു. വീണ്ടും തൊഴുത് റിക്ഷയുന്തി തിരിച്ചുനീങ്ങി.

ഏതോ കർമ്മബന്ധത്തിന്റെ നൂലിഴ പൊട്ടുകയാണ്. ഇനി ജീവിതത്തിൽ ഒരിക്കലും അയാളെ കാണാനിടയുണ്ടാവില്ല. ഒരു മണിക്കൂർ നേരത്തെ സഹവർത്തിത്വം അതാ ഉരുണ്ടുനീങ്ങിപ്പോവുന്നു.

സ്റ്റേഷനിൽ രാവിലത്തെ അത്ര തിരക്കില്ല. ഇൻഫർമേഷനിൽ ചെന്ന് വണ്ടിയുടെ കാര്യം തിരക്കി. വീണ്ടും ലേറ്റാണത്രേ. രണ്ടു മണിക്കൂർ കൂടി. വലഞ്ഞോ! ഇനി എന്തു ചെയ്യും. ഒന്നും ചെയ്യാനില്ല. പ്ലാറ്റ്ഫോമിലൂടെ അൽപ്പം അങ്ങോട്ടുമിങ്ങോട്ടും നടന്നു.

ഓരോ ഭാഗത്ത് ഓരോ സംഘങ്ങൾ കൂടിയിരിക്കുന്നു. ഏതൊക്കെയോ വണ്ടികളിൽ എങ്ങോട്ടൊക്കെയോ പോകേണ്ടവർ. ചിലർ ഉലാത്തിക്കൊണ്ടിരിക്കുന്നു. ചിലർ സ്റ്റാളുകളിൽനിന്ന് ഓരോന്ന് വാങ്ങി തിന്നുകൊണ്ടിരിക്കുന്നു. ചിലർ ബഞ്ചുകളിൽ കിടന്ന് ഉറങ്ങുന്നു. ചിലർ ആസനത്തിൽ തീ കൊളുത്തിയപോലെ ധൃതിയിൽ എങ്ങോട്ടോക്കെയോ നടക്കുന്നു.

നിലത്ത് വലിയ വിരി വിരിച്ച് അതിനു നടുവിൽ ബാഗുസാമാനങ്ങൾ കൂട്ടിവച്ച് ചുറ്റിലുമായി ഇരിക്കുക. മിക്കവാറും വലിയ റെയിൽവേസ്റ്റേഷനുകളിലെ ഒരു പൊതുകാഴ്ചയാണിത്. അവിടെയിരുന്ന് അതുമിതും പറഞ്ഞും ഭക്ഷണം കഴിച്ചും കിടന്നുറങ്ങിയും ആളുകൾ മണിക്കൂറുകൾ കാത്തിരിക്കും. വണ്ടി എപ്പോൾ വേണമെങ്കിലും വരട്ടെ. അതുവരെ ഇവിടം തങ്ങളുടെ പാർപ്പിടം.

ഒരിടത്ത് ഒരു പുരുഷനും സ്ത്രീയും രണ്ടു കുട്ടികളും ബാഗും ഭാണ്ഡങ്ങളും തലക്കുവച്ച് മൂടിപ്പുതച്ച് ചുരുണ്ടുകൂടി കിടന്നുറങ്ങുന്നു. വിരിയിൽ അവരുടെ നടുക്ക് ഉറങ്ങണോ വേണ്ടയോ എന്ന മട്ടിൽ ഒരു നായയും തലയുർത്തിപ്പിടിച്ച് കിടപ്പുണ്ട്.

വേറൊരിടത്ത് ഒരു വിരിയിലിരുന്ന് പ്രായം ചെന്ന മൂന്ന് പുരുഷന്മാരും രണ്ട് സ്ത്രീകളും വലിയ വഴക്കാണ്. എന്തൊക്കെയോ അങ്ങോട്ടുമിങ്ങോട്ടും വിളിച്ചു പറയുന്നു. ബാഗെടുത്ത് പരസ്പരം എറിയുന്നു. ഒരു പോലീസുകാരൻ അലറിവിളിച്ചു വന്നപ്പോൾ എല്ലാവരും ശാന്തരായി. പാവങ്ങളായി മുഖത്തോടുമുഖം നോക്കി മൗനികളായി കൂനിക്കൂടി ഇരുന്നു.

തലയിൽ വലിയ ഭാണ്ഡക്കെട്ടുകളും തോളിൽ മാറാപ്പുമായി വണ്ടിയിറങ്ങിപ്പോവുന്ന നാല് സ്ത്രീകളും ഒരു പയ്യനും. നാട്ടുൽപ്പന്നങ്ങളുമായി നഗരത്തിൽ വിൽപ്പനക്കു വന്നവരായിരിക്കാം. മട്ട് കണ്ടിട്ട് സ്ഥിരമായി വരുന്നവരാണെന്നു തോന്നുന്നു.

പ്ലാറ്റ്ഫോമിൽ ആളൊഴിഞ്ഞ ഒരിടത്ത് പോയി ഇരുന്നു. കാലുകൾ നീട്ടിവച്ച് ഇരുകൈകളും തലക്കു പിറകിൽ ചേർത്ത് ഒന്ന് മൂരിനിവർന്നു.

മേൽക്കൂരയിലെ കമ്പികളിൽ പ്രാവുകൾ നിരന്നിരുന്ന് കുറുകിക്കൊണ്ടിരിക്കുന്നു. തൂണുകാലുകളിലും ചില കസേരകളിലും താഴെ നിലത്തും നിറയെ പ്രാവിൻകാഷ്ടത്തിന്റെ കുറിയടയാളങ്ങൾ. ഇരിക്കുന്നതിനുമീതെ കമ്പിയില്ല എന്നുറപ്പു വരുത്തി. ഏതെങ്കിലും പ്ലാറ്റ്ഫോമിലൂടെ വണ്ടികൾ കടന്നുപോവുമ്പോൾ അവ കൂട്ടമായി പറന്നുപോകും. ഒച്ചയടങ്ങുമ്പോൾ അവിടെനിന്നും ഇവിടെനിന്നുമായി വീണ്ടും പുതുക്കെ പറന്നെത്തും.

തെക്കുഭാഗത്തുനിന്ന് നല്ല തണുപ്പുള്ള ഇളംകാറ്റ്. മുഖം മുകളിലേക്കുയർത്തി കണ്ണുകളടച്ച് ചാരിക്കിടന്നു.

ഒരു യാത്ര കഴിഞ്ഞുള്ള മടക്കം. കണ്ടതെന്തെല്ലാം. കേട്ടതെന്തെല്ലാം. അനുഭവിച്ചതെന്തെല്ലാം. ഓരോന്നായി മിന്നിമറയുന്നു. മാറിമറയുന്നു.

ചില യാദൃശ്ചികതകൾ, ജീവിതം, ചരിത്രം, കലകൾ, സംസ്കാരം, പ്രകൃതി, വഴികൾ, വ്യക്തികൾ...

ഒരു ഇരമ്പലും ചീറ്റലും. ഞെട്ടിയുണർന്നു. ഒരു വണ്ടി വന്നുനിന്നതാണ്.

തേനീച്ചക്കൂടിന് ഏറ് കിട്ടിയപോലെ ഓരോ വാതിലിൽനിന്നായി ആളുകൾ പുറത്തേക്ക് തെറിക്കുന്നു. യാത്രക്കാരും പെട്ടിഭാണ്ഡങ്ങളും. ആളൊഴുക്ക്. അങ്ങോട്ടുമിങ്ങോട്ടും. ഇറങ്ങിയവർ പുറത്തേക്കു കടക്കാൻ തിക്കിത്തിരക്കുന്നു. ചിലർ ഒഴിഞ്ഞസ്ഥലം നോക്കി വിരിവയ്ക്കാനൊരുങ്ങുന്നു. വണ്ടിയിൽ കയറാനുള്ളവർ കമ്പാർട്ടുമെന്റുകൾ തിരഞ്ഞ് പരക്കം പായുന്നു. പത്തുമിനിട്ടിനകം വണ്ടി നീങ്ങി. ശാന്തം.

എന്റെ നേരെ മുന്നിലെ കമ്പാർട്ടുമെന്റിൽനിന്ന് ഒരുകൂട്ടം ആളു

കൾ ഇറങ്ങിയിരിക്കയാണ്. വൃദ്ധരും യുവാക്കളും കുട്ടികളും. സ്ത്രീകളും പുരുഷന്മാരും. ഇരുപതോളം പേർ വരും. ഒരുപാട് ബാഗുകളും ഭാണ്ഡങ്ങളും മാറാപ്പുകളും ഇറക്കിവച്ചിരിക്കുന്നു. വലിയ പാത്രങ്ങളും ഡബ്ബകളും ഉണ്ട്. സ്റ്റൗവും മറ്റുചില സാമഗ്രികളും.

ഞാനിരിക്കുന്ന കസേരക്ക് തൊട്ടുടത്ത് രണ്ടുമൂന്നു വിരികൾ ചേർത്തുവിരിച്ചു. കെട്ടുവട്ടങ്ങൾ നടക്കു കൂട്ടിവച്ചു. ചിലർ ബാത്ത്റൂമിലേക്കു പോവുന്നു. ചിലർ വെള്ളമെടുക്കാൻ പോവുന്നു. ചിലർ ചുറ്റിലും നടക്കുന്നു. ബാക്കിയുള്ളവർ വിരിയിൽ വട്ടമിട്ടിരിക്കുന്നു.

കൂട്ടത്തിൽ പ്രായമുള്ള ഒരു തടിച്ച സ്ത്രീ വലിയ ഡബ്ബകൾ തുറക്കുകയാണ്. മറ്റു രണ്ടു സ്ത്രീകൾ കുറേ പ്ലെയിറ്റുകൾ എടുത്ത് ടാപ്പിനടുത്തുപോയി കഴുകുന്നു. ഒരു സ്ത്രീ പ്ലെയിറ്റുകളിൽ ഭക്ഷണപദാർഥങ്ങൾ വിളമ്പി വയ്ക്കുന്നു. റൊട്ടി, സബ്ജി, ഡാൽ, ചോറ്, തൈര്, മുളകരച്ച ഒരുതരം എണ്ണക്കറി, അച്ചാറ്, വെജ്റ്റബിൾ സലാഡ്. വിളമ്പിവച്ച പ്ലെയിറ്റുകൾ ഓരോരുത്തർക്കായി എടുത്തു കൊടുക്കുകയാണ് ഒരു തടിയൻ.

വൃദ്ധയായ ഒരു സ്ത്രീ പ്ലെയിറ്റുമായി വന്ന് എനിക്കുനേരെ നീട്ടി. തെല്ലരൊമ്പരപ്പോടെ ഞാനവരെ നോക്കി. അയ്യോ! അവർ വിളമ്പു ന്നതും കഴിക്കുന്നതും ശ്രദ്ധിച്ചുകൊണ്ടിക്കുന്നത് കണ്ടിട്ടാവുമോ! വല്ലാത്ത ഒരു ജാള്യത തോന്നി.

"ഹരേ സാബ് കാഓ." അവർ പുഞ്ചിരിച്ചു.

വേണ്ട എന്നു ഞാൻ കൈയാഗ്യം കാട്ടി. നിറഞ്ഞ പുഞ്ചിരിയോടെ അവർ പ്ലെയിറ്റ് നീട്ടിപ്പിടിച്ച് നിൽക്കയാണ്. ഉടനെ കൂട്ടത്തിലെ ഒരാൾ എന്റെ അടുത്ത കസേരയിൽ വന്നിരുന്നു. ഒരു ചെറുപ്പക്കാരൻ.

"കാഓ സാബ്. അച്ചാ ഭോജൻ. ഹമേ ഐസെ ബനായാ."

വൃദ്ധയുടെ കൈയിൽനിന്ന് അയാൾ അതു വാങ്ങി എന്റെ കൈയിൽ പിടിപ്പിച്ചു. അയാളും എന്റെ അടുത്തിരുന്ന് കഴിക്കാൻ തുടങ്ങി. നിർബന്ധിച്ചപ്പോൾ മനസ്സില്ലാ മനസ്സോടെ ഞാൻ കൈകഴുകി വന്ന് അവരോടൊപ്പം കൂടി. നല്ല വിശപ്പുമുണ്ടായിരുന്നു. അതിരാവിലെ ഭക്ഷണം കഴിച്ചതാണല്ലോ.

ബംഗാളിൽ ഹുഗ്ലിയിലാണവർ. ഒരു വലിയ കുടുംബം. എന്റെ അടുത്തിരിക്കുന്ന ചെറുപ്പക്കാരൻ എഞ്ചിനിയറാണ്. അവിനാഷ്

റായ്. മുപ്പത്തഞ്ചോളം വയസ്സേ വരൂ. അയാളുടെ മാതാപിതാക്കളും അമ്മൂമ്മയും അപ്പൂപ്പനും സഹോദരങ്ങളും കുട്ടികളും ബന്ധുക്കളു മാണ് മറ്റുള്ളവർ. അവിനാഷ് ഓരോരുത്തരെയായി പരിചയപ്പെടു ത്തി. ഞാൻ അധ്യാപകനാണെന്നും യാത്രകൾ ചെയ്യാറുണ്ട് എന്നും അറിഞ്ഞപ്പോൾ മുഖം കുനിച്ച് അവർ എന്നെ വണങ്ങി.

അവർ വീട്ടിൽനിന്നിറങ്ങിയിട്ട് ഒന്നര മാസമായത്രേ. ദീർഘ മായ തീർഥയാത്ര കഴിഞ്ഞ് മടക്കമാണ്. ഗയ, അയോദ്ധ്യ, കാശി, മധുര, പ്രയാഗ്, ഹൃഷീകേശ്, ഹരിദ്വാർ, ഷിർദ്ദി എന്നിവിടങ്ങളിലൂടെ ഇവിടെയെത്തി. ഇനി പുരിയിൽ കൂടെ പോവാനുണ്ട്. അതു കഴിഞ്ഞ് നാട്ടിലേക്ക്.

അവിനാഷിന്റെ കുടുംബം കർഷകരാണ്. അയാൾ മാത്രമേ കൂട്ട ത്തിൽ ഉദ്യോഗസ്ഥനായി ഉള്ളൂ. കാർഷികവൃത്തിക്ക് കൊള്ളാത്ത വനായത്രേ ബന്ധുക്കൾ അയാളെ കണക്കാക്കുന്നത്. സഹോദര ങ്ങൾ വിദ്യാഭ്യാസമുള്ളവരാണെങ്കിലും കൃഷി ജീവിതോപാധിയാ ക്കിയവരാണ്.

വിളവെടുപ്പ് കഴിഞ്ഞ് എല്ലാ വർഷവും അവർ തീർഥാടനത്തിനി റങ്ങും. ഭക്ഷണധാന്യങ്ങളും പാത്രങ്ങളും മറ്റു സന്നാഹങ്ങളുമായി ഒരു സഞ്ചാരം. ഒന്നര രണ്ടു മാസം. അവർ മാത്രമല്ല. അന്നാട്ടിലെ പല കുടുംബങ്ങളും അങ്ങനെയത്രേ.

ക്ഷേത്രങ്ങളോടനുബന്ധിച്ചുള്ള സത്രങ്ങളിലോ സന്യാസിമഠങ്ങ ളിലോ ആശ്രമങ്ങളിലോ ആവും താമസം. ചിലപ്പോൾ റെയിൽവേ സ്റ്റേഷനിലെ പ്ലാറ്റ്ഫോമിലും. വെപ്പും തീനും കുളിയും കിടപ്പും എല്ലാമങ്ങനെ.

അടുത്ത വർഷം തമിഴ്നാട്ടിലും കേരളത്തിലും വരാനാണത്രേ പദ്ധതി. പോവേണ്ട സ്ഥലങ്ങളൊക്കെ അയാൾക്ക് നല്ല തിട്ടമുണ്ട്. കൃത്യമായ വിവരങ്ങളുണ്ട്. ഇങ്ങനെ സഞ്ചരിക്കുന്നവർ മറ്റുള്ള വർക്ക് എല്ലാ വിശദാംശങ്ങളും പരസ്പരം കൈമാറുമത്രേ.

എഞ്ചിനിയറിങ്ങിന് മലയാളിവിദ്യാർഥികൾ കൂടെയുണ്ടായിരു ന്നതിനാൽ കേരളത്തെക്കുറിച്ച് അവിനാഷിന് ധാരാളമറിയാം. ഒരി ക്കൽ കൂട്ടുകാരനോടൊപ്പം തൃശൂരിൽ വന്നിട്ടുമുണ്ട്.

കേരളത്തിനു പുറത്തുള്ള സമൂഹത്തിൽ കൊല്ലംതോറുമുള്ള ഇത്തരം യാത്രകൾ ജീവിതത്തിന്റെ ഭാഗമാണ്. കൂട്ടായ്മയും

സന്തോഷവും സാഫല്യവും. ജനനവും നാമകരണവും വിവാഹവും മരണവും പോലെ അനിവാര്യമായ ഒരു ജീവിതാനുഷ്ഠാനം. കർമ്മനി യോഗങ്ങളുടെ നൂലാമാലകളിൽ കോർത്തിട്ട മിന്നുന്ന മുത്തുകൾ.

യാത്രതന്നെ ജീവിതം. ജീവിതം തന്നെ യാത്രയും.

യാത്രയിലൂടെ അവർ മനുഷ്യരെ അറിയുന്നു. ഭാഷകൾ അറിയുന്നു. സംസ്കാരങ്ങൾ അറിയുന്നു. പ്രകൃതിയെ അറിയുന്നു. ഗ്രാമങ്ങളും നഗരങ്ങളും അറിയുന്നു. ജീവിതങ്ങൾ അറിയുന്നു. പൈതൃകത്തെ അറിയുന്നു. ലോകവിവരങ്ങൾ അറിയുന്നു. രാഷ്ട്രത്തെ അറിയുന്നു. ജ്ഞാനവും സിദ്ധിയും നേടുന്നു.

യാത്രകളിലൂടെ അവരുടെ മനസ്സ് വളർന്നുകൊണ്ടിരിക്കയാണ്. അവരുടെ ലോകം വിശാലമായിക്കൊണ്ടിയിരിക്കുന്നു.

"ആണ്ടിലൊരിക്കൽ
മൂകനായി ഊരുചുറ്റുക.
കല്ലിൽ കൊത്തിയെടുത്ത സൂര്യരഥം കാണുക.
കറുത്ത പക്ഷിയുടെ ഭൈരവി കേൾക്കുക."

ഡി. വിനയചന്ദ്രന്റെ വരികളാണ്. 'കവിത മനസ്സിലാവാത്തവരോട്' എന്ന കവിതയിൽ.

പരസ്പരം പരിചയപ്പെട്ട് വിശേഷങ്ങൾ പറഞ്ഞ് സൗഹൃദം പങ്കുവച്ച് ഭക്ഷണം കഴിച്ചു. നല്ല രുചിയുള്ള ഭക്ഷണം. റൊട്ടിയുടെ സ്വാദ് പ്രത്യേകംതന്നെ. ഗോതമ്പുമാവിൽ ഉരുളക്കിഴങ്ങിനൊപ്പം കാരറ്റു വേവിച്ചരച്ചതും തൈരും ചേർക്കുമത്രേ. വിജയവാഡയിൽ വണ്ടിയിറങ്ങി ഇന്ന് അതിരാവിലെ വണ്ടി കയറുന്നതിനു മുമ്പ് അവിടെ വച്ച് പാകം ചെയ്തെടുത്തതാണത്രേ ഭോജ്യവസ്തുക്കൾ മുഴുവൻ.

ദിവസങ്ങൾക്കു മുമ്പ് മഹേഷ് മഹാപത്രയുടെ വീട്ടിൽനിന്നു ലഭിച്ച ഭക്ഷണം ജഗന്നാഥന്റെ പ്രസാദമായിരുന്നു. പുരിയിലെ അവധൂതൻ നൽകിയതും ജഗന്നാഥപ്രസാദം തന്നെ. ശങ്കരാചാര്യമഠത്തിൽ നിന്നു ലഭിച്ചത് ആശ്രമപ്രസാദം. ഖണ്ഡഗിരിയിലെ വാനരന്മാർ നൽകിയത് പ്രകൃതിയുടെ പ്രസാദമായിരുന്നു.

ഈശ്വരാ, ഇത് ആരുടെ പ്രസാദമാണ്!

അപരിചിതമായ ഏതോ ഒരു കുടുംബത്തിന്റെ സൗഹൃദപ്രസാദം. 'ദേശങ്ങൾക്കപ്പുറത്തെ അയൽവീട്ടു'കാരുടെ ഉപചാരം. സുമന

സ്സുകളുടെ ധന്യത. സമാനതാസങ്കൽപ്പത്തിന്റെ ഉദാരത. ശതാബ്ദങ്ങളായി തലമുറകളിലൂടെ ഊറിവന്ന ജീവിതസംസ്കാരത്തിന്റെ പ്രസാദം. അതെ, ജഗന്നാഥപ്രസാദം തന്നെ.

ഭക്ഷണമെല്ലാം കഴിഞ്ഞ് പാത്രങ്ങളൊക്കെ കഴുകി അടുക്കിക്കെട്ടി. എല്ലാവരും വിരിയിൽ കൂടിയിരിപ്പായി. ചിലർ മുറുക്കുന്നു. ചിലർ മാറിനിന്ന് ചുരുട്ട് വലിക്കുന്നു. പ്രായമുള്ള ഒരു സ്ത്രീ പുകയില ഞെരടി പല്ലിനടിയിൽ തിരുകുന്നു. ഒന്നുരണ്ടു പേർ ചുറ്റിലും ഉലാത്തുന്നു.

ഒരു കുട്ടി കൈയടിച്ച് പാട്ട് പാടാൻ തുടങ്ങി. ഏതോ ഒരു ബംഗാളിനാടോടിഗാനം. നല്ല ഈണമുള്ള, ഇമ്പമുള്ള പാട്ട്. മറ്റു കുട്ടികളും ഒപ്പം ചേർന്നു. പിന്നീട് മുതിർന്ന രണ്ടു പേർ. ബാക്കി ഓരോരുത്തരായി പിന്നാലെയും. കൈയടിച്ച് താളം പിടിച്ച്. ഉച്ചത്തിലുള്ള കൂട്ടപ്പാട്ട്. ഒപ്പം ഞാനും താളം പിടിച്ചു.

എന്റെ വണ്ടിയുടെ സമയം ഏതാണ്ടാവുന്നു. അവരോട് നന്ദി പറഞ്ഞ് എൻക്വയറിയിലേക്ക് നടന്നു. അവിടെ ഒരു തടിയൻ. ഇരിക്കുന്ന കസേര വിമ്മിട്ടപ്പെടുന്നുണ്ട്.

വണ്ടിയെക്കുറിച്ച് ചോദിച്ചു. ആശാൻ ഒന്നും മിണ്ടുന്നില്ല. വായ നിറയെ മുറുക്കാനാണ്. വണ്ടി നമ്പറും മറ്റും തുണ്ട്കടലാസിൽ എഴുതി കാണിച്ചു. 'മൂം...' എന്നു മൂളിക്കൊണ്ട് അയാൾ ഡിസ്പ്ലെ ബോർഡിലേക്ക് ചൂണ്ടിക്കാണിച്ചു. വണ്ടി രണ്ടു മണിക്കൂർ പിന്നെയും ലേറ്റ്.

എന്താ ചെയ്യുക!

പതുക്കെ തിരിച്ചു നടന്നു. പ്ലാറ്റ്ഫോമിലേക്ക് ഒരു വണ്ടി വരുന്നുണ്ട്. ആളു കുറഞ്ഞ ഒരു പാസഞ്ചർവണ്ടി. വലിയ ബഹളമില്ലാതെ പതുക്കെ വന്നു നിന്നു. പുരിയിലേക്കാണ്.

നേരത്തെ ഇരുന്ന സ്ഥലത്തേക്കു നോക്കി. ബംഗാളിക്കൂട്ടം കെട്ടുഭാണ്ഡങ്ങളുമായി വണ്ടിയിലേക്ക് കയറാനുള്ള ഒരുക്കത്തിലാണ്. ദൂരെ മാറി അവരെ നോക്കിക്കൊണ്ട് നിന്നു.

വെപ്രാളമൊന്നുമില്ല. ശാന്തരായി കയറിപ്പറ്റുകയാണ്. കുഞ്ഞുകുട്ടികളും പരിവാരങ്ങളും കെട്ടുഭാണ്ഡങ്ങളും എല്ലാമകത്തായി. ദീർഘസഞ്ചാരത്തിലെ അടുത്ത യാത്രപ്പെട്ടി. സഞ്ചരിക്കുന്ന

മറ്റൊരു വാടകവീട്.

ഒരു സ്റ്റാളിൽനിന്ന് കുറച്ച് ചോക്ളേറ്റ് വാങ്ങി. അവർ കയറിയ കമ്പാർട്ട്മെന്റിനരികിലേക്ക് പതുക്കെ നടന്നു. കുട്ടികൾ വെളിയിലേക്ക് കൈയിട്ട് എന്നോട് യാത്ര ചൊല്ലുന്നു. ചോക്ലേറ്റുകൾ ആ കൈകളിൽ വച്ചുകൊടുത്തു.

"സാബ്, ഹം ജാ രഹേ ഹെം. ഭഗവാൻ ജഗന്നാഥ് ആപ്പ്കോ ആശിർവാദ് ദേൻ. കഹീം തോ ഹം കഭീ ദുബാര മിലേംഗേ."

അവിനാഷ് കൈവീശി യാത്ര ചൊല്ലി. വണ്ടി പതുക്കെ നീങ്ങി.

ഇത്തിരി നേരത്തേക്കുള്ള സൗഹൃദം. ഒന്നിച്ചുള്ള ഭക്ഷണം. വിശേഷങ്ങൾ പറയൽ. ആഹ്ലാദം പങ്കുവയ്ക്കൽ. മനസ്സൊരുമ. ഹൃദയത്തിലണിഞ്ഞ ചന്ദനക്കുളിർമ്മ. ജീവിതത്തിലൂടെ മിന്നിക്കടന്നുപോവുന്ന ചില പൊരിവെട്ടങ്ങൾ. വീശിവന്ന് കടന്നുപോവുന്ന തണുത്ത ഒരിളങ്കാറ്റ് പോലെ... വിടർന്ന് കൊഴിഞ്ഞുവീഴുന്ന പൂവുപോലെ... മാഞ്ഞുപോയ ഒരു നിലാവുപോലെ...

ഓർമ്മക്കൂട്ടിലെ അറകളിൽ പൊതിഞ്ഞ് സൂക്ഷിച്ചു വയ്ക്കാൻ ഇപ്പോൾ എന്തൊക്കെയാണുള്ളത്! റിക്ഷക്കാരൻ ഗംഗാധർ മൊഹന്തിയുടെ പുഞ്ചിരിയിൽ ചാലിച്ച കൂപ്പുകൈ! വന്നിറങ്ങി നീങ്ങിയ കന്ന ഹുബ്ലിക്കുടുംബത്തിന്റെ ഭക്ഷണോപചാരം!

ക്ഷണികസൗഹൃദങ്ങളുടെ പാഥേയം!

വണ്ടി ഇനിയും എത്ര നേരം വൈകുമായിരിക്കും! ഈ പകൽ ഭുവനേശ്വർ റെയിൽവേ സ്റ്റേഷനിൽ കഴിയാനാവും നിയോഗം! വരുമ്പോൾ വരട്ടെ.

നേരത്തെയിരുന്ന കസേരയിൽപ്പോയി നീണ്ടുനിവർന്നിരുന്നു. മുഖമുയർത്തി മുകളിലേക്ക് നോക്കി. മേൽക്കൂരയിലെ കമ്പികളിൽ പ്രാവുകൾ പാറി വന്നിരിക്കുന്നുണ്ട്. അവിടെയിരുന്ന് അവ കുറുകുന്നു. തൂവൽ ചിക്കുന്നു. ചിറകൊതുക്കുന്നു. ഓരോ പറക്കലും അവസാനിക്കുന്നത് ഈ കമ്പികളിലാണ്.

ഓരോ യാത്രകളും അവസാനിക്കുന്നത് സ്വന്തം വീട്ടിലാണ്. എല്ലാ വഴികളും തിരിച്ചെത്തുന്നത് വീട്ടിലേക്കാണ്. വീടാണ് സാന്ത്വനം. വീടാണ് സുരക്ഷ. വീടാണ് സമാശ്വാസം. വീടത്രേ എല്ലാ

യാത്രകളുടെയും പരിപൂർണത. കണ്ണുകളടച്ച് ചാരിയിരുന്നു.

ഓരോ യാത്രയും ഓരോ നിയോഗമാണ്. വിധിനിശ്ചയമാണ്. അത് തുടർന്നുകൊണ്ടേയിരിക്കും. ഒന്നിൽനിന്നു അടുത്തതിലേക്ക് പകർന്ന് മറ്റൊന്നായി പരിണമിച്ച് ജീവിതത്തിന്റെ എല്ലാ കുണ്ടുവഴികളും പെരുവഴികളും താണ്ടി ജന്മപരമ്പരകൾക്കപ്പുറത്തേക്ക് നീണ്ടു പടർന്നുകൊണ്ടേയിരിക്കും.

മനസ്സിൽ ഒട്ടിപ്പിടിച്ച സഞ്ചാരകൃതികളിലെ വായനസ്മൃതികൾ... കുട്ടിക്കാലത്ത് വീട്ടിൽ വിരുന്നു വരാറുണ്ടായിരുന്ന ചില നിത്യസഞ്ചാരികളിൽനിന്ന് കേട്ടറിഞ്ഞ യാത്രയനുഭവങ്ങൾ... പലപ്പോഴായി സ്വയം നടത്തിയ യാത്രകളിലെ അവിസ്മരണീയാനുഭവങ്ങൾ...

"ചരൻവൈ മധുവിന്ദതി
ചരൻ സ്വാദുമുദുംബരം
സൂര്യസ്യ പശ്യശ്രേമാണം
യോ ന തന്ദ്രയതേ ചരൻ."

ഐതരേയബ്രാഹ്മണത്തിൽ നിന്നാണ്. സഞ്ചരിക്കുന്നവനേ മധു കിട്ടുകയുള്ളൂ. സഞ്ചരിക്കുന്നവനേ അത്തിപ്പഴം കിട്ടൂ. എത്ര സഞ്ചരിച്ചിട്ടും തളരാത്ത സൂര്യന്റെ തേജസ്സു നോക്കുക.

"ചരൈവേതി ചരൈവേതി..."

യാത്രയുടെ നേരുകൾ... ജിജ്ഞാസ... ആകാംക്ഷ... കൗതുകങ്ങൾ... അനുഭൂതികൾ...

യാത്രയുടെ പടവുകൾ... യാത്രയുടെ രുചികൾ... ഗന്ധങ്ങൾ... സ്പന്ദനങ്ങൾ... യാത്രയുടെ നിറങ്ങളും നാദങ്ങളും...

സ്മൃതിരൂപങ്ങളായി, ഉണ്മയായി തെളിയുന്നു... മായുന്നു...

ദൂരെ നേർത്ത ഇരമ്പൽ. മടക്കവണ്ടി വരികയാണോ. അതോ വീശിവരുന്ന ചാറ്റൽമഴയോ.

□

അനുബന്ധം

ഒഡിഷ

ഭൂവനേശ്വരിലെ ചില പ്രധാന പ്രാചീനക്ഷേത്രങ്ങൾ

ലിംഗരാജ ക്ഷേത്രം
മുക്തേശ്വർ ക്ഷേത്രം
ഐശനേശ്വര ശിവക്ഷേത്രം
ഭാരതിമാതാ ക്ഷേത്രം
ഭൃംഗേശ്വര ശിവക്ഷേത്രം
ഭൃകുടേശ്വർ ശിവക്ഷേത്രം
ചക്രേശ്വരി ശിവക്ഷേത്രം
ചമ്പകേശ്വര ശിവക്ഷേത്രം
ചന്ദ്രശേഖര മഹാദേവ ക്ഷേത്രം
ചിന്താമണിശ്വര ശിവക്ഷേത്രം

ദിഷീശ്വര ശിവക്ഷേത്രം
ഗംഗേശ്വര ശിവക്ഷേത്രം
ഗോകർണേശ്വര ശിവക്ഷേത്രം
ഗോസാഗരേശ്വർ ശിവക്ഷേത്രം
ഗൗരീശങ്കര ശിവക്ഷേത്രം
ജലേശ്വർ ശിവക്ഷേത്രം
കപിലേശ്വര ശിവക്ഷേത്രം
ലബേശ്വര ശിവക്ഷേത്രം
ലക്ഷേശ്വര ശിവക്ഷേത്രം
ലക്ഷ്മണേശ്വര ക്ഷേത്രം

ലോകനാഥ് ശിവക്ഷേത്രം
മദനേശ്വർ ശിവക്ഷേത്രം
മംഗലേശ്വര ശിവക്ഷേത്രം
പൂർവേശ്വര ശിവക്ഷേത്രം
സർവത്രേശ്വര ശിവക്ഷേത്രം
സുവർണേശ്വര ശിവക്ഷേത്രം
സ്വപ്നേശ്വര ശിവക്ഷേത്രം
തലേശ്വര ശിവക്ഷേത്രം
ഉത്തരേശ്വര ശിവക്ഷേത്രം
ത്രിബിനേശ്വര ക്ഷേത്രം
ബ്യാമോകേശ്വര ക്ഷേത്രം
ശിവതിർഥമാതാ ക്ഷേത്രം
രാജറാണി ക്ഷേത്രം
ജനപത്ത് രാം മന്ദിർ
രാമേശ്വർ ദേയുല
ശത്രുഘ്നേശ്വര ക്ഷേത്രം
ശുക ക്ഷേത്രം
ശുകുടേശ്വര ക്ഷേത്രം
വൈറ്റൽ ദേയുല
ഭുവനേശ്വർ വിഷ്ണുക്ഷേത്രം
യമേശ്വർ ക്ഷേത്രം
ലക്ഷ്മിനരസിംഹ ക്ഷേത്രം
അഖാഡാചണ്ടി ക്ഷേത്രം
അനന്ത വാസുദേവ ക്ഷേത്രം
അഷ്ടശംഭു ക്ഷേത്രങ്ങൾ
ഭാരതേശ്വർ ക്ഷേത്രം
ബിന്ദുസാഗർ ബ്രഹ്മക്ഷേത്രം
ബ്രഹ്മേശ്വര ക്ഷേത്രം
ദേവസഭ ക്ഷേത്രം
നാഗേശ്വര ക്ഷേത്രം
പബനേശ്വര ക്ഷേത്രം
പരശുരാമേശ്വർ ക്ഷേത്രം
ദ്വാലദേവി ക്ഷേത്രം
ലഡു ബാബ ക്ഷേത്രം

www.ingramcontent.com/pod-product-compliance
Lightning Source LLC
LaVergne TN
LVHW060409051026
849518LV00007B/2496